Thiên Đường Bánh Flan Nghệ Thuật Tinh Tế Và Hương Vị Độc Đáo

Hướng Dẫn Đơn Giản Để Làm Bánh Flan Truyền Thống Và Sáng Tạo Với Các Phiên Bản Không Chứa Gluten Và Tốt Cho Sức Khỏe

Thu Hà

MỤC LỤC

MỤC LỤC 3

GIỚI THIỆU 8

Những điều bạn sẽ tìm thấy trong cuốn sách: 8

FLAN HOA 9

1. Bánh Flan Nước Hoa Hồng 10
2. Bánh Flan Hoa Cam 12
3. Bánh flan hoa oải hương 14
4. Flan hoa hồng và mâm xôi 16
5. Flan hoa oải hương và chanh 18
6. Flan hoa dâm bụt và xoài 20
7. Flan hoa cúc và mật ong 22
8. Flan tím và việt quất 24
9. Flan hoa nhài và đào 26
10. Flan hoa cơm cháy và dâu 28
11. Flan hoa cam và sung 30
12. Flan hương thảo và táo 32
13. Flan bạc hà và sô cô la 34
14. Bánh flan chanh và việt quất 36
15. Flan hoa oải hương và mật ong 38
16. Flan gừng và lê 40
17. Bánh flan bạch đậu khấu và mận 42
18. Bánh flan xô thơm và mâm xôi 44
19. Flan quế và táo 46
20. Flan hạt nhục đậu khấu và bí ngô 48
21. Flan hoa cam và đào 50
22. Nước hoa hồng và bánh flan hồ trăn 52

23. Flan húng tây và việt quất 54
FLAN TUYỆT VỜI 56
24. Bánh flan hồ trăn 57
25. Bánh flan hạt dẻ 59
26. Bánh Flan óc chó 61
27. Flan hạt Macadamia 63
28. bánh flan hồ đào 65
29. Bánh flan hạt điều 67
30. Bánh flan hạt Brazil 69
31. Flan hạnh nhân 71
32. bánh flan almendra 73
FLAN RAU 75
33. Bánh bí ngô 76
34. bánh flan Ube 78
35. Flan cà rốt với Microgreen 80
36. Bánh bí ngô 82
37. Bánh flan ớt đỏ nướng 85
38. Bánh flan Feta và rau bina 87
39. Bông cải xanh và Flan Cheddar 89
40. Măng tây và bánh flan Parmesan 91
41. Butternut Squash và Sage Flan 93
42. Flan bí ngòi và phô mai dê 95
43. Flan cà chua và húng quế 97
44. Bánh flan rau củ nướng 99
45. Flan cà rốt và gừng 101
46. Flan nấm và húng tây 103
47. Flan khoai tây và hương thảo 105
48. Cà tím và Mozzarella Flan 107
49. Butternut Squash và Sage Flan 109

50. Bông cải xanh và Flan Cheddar 111
51. Cải xoăn và Feta Flan 113
52. Flan phô mai củ cải và dê 115
53. Flan tỏi tây và Parmesan 117
54. Súp lơ và Gruyere Flan 119
55. Flan khoai lang và hành tây caramen 121
56. Flan cà chua và húng quế 123
CARAMEL & FLAN CÀ PHÊ 125
57. Bánh flan cà phê 126
58. Bánh flan sô-cô-la 128
59. Flan Caramel Vani Baileys 130
60. Bánh flan caramen rumchata hương vani 132
61. bánh flan vị caramen 134
62. Bánh Flan Tiramisu không chứa Lactose 136
63. Bánh Flan Trà Sữa Trân Châu 138
bánh tráng miệng 141
64. Dulce de Leche Flan 142
65. Bánh flan queso của Puerto Rico 144
66. Bánh flan queso 146
FLAN THẢO DƯỢC 148
67. Bánh flan Matcha 149
68. Flan tỏi và hẹ 151
69. Flan hương thảo và húng tây 153
70. Thì là và Feta Flan 155
71. Bánh Flan Sage và Phô Mai Dê 157
72. Bánh flan ngò và chanh 159
73. Flan húng quế và phô mai Mozzarella 161
74. Tarragon và Gruyere Flan 163

75. Chervil và Ricotta Flan ... 165
76. Lá oregano và Cheddar Flan ... 167
77. Bánh flan bạc hà và Gouda ... 169
78. Mùi tây và bánh flan Thụy Sĩ ... 171
79. Flan lá hẹ và phô mai xanh ... 173
FLAN cay ... 175
80. Bánh quế ... 176
81. Jalapeño và Cheddar Flan ... 178
82. Chipotle và hạt tiêu Jack Flan ... 180
83. Habanero và Colby Jack Flan ... 182
84. Serrano và Cotija Flan ... 184
85. Bánh flan cayenne và Gouda ... 186
86. Hạt tiêu đỏ và bánh flan Thụy Sĩ ... 188
87. Ớt Thái và Monterey Jack Flan ... 190
88. Ghost Pepper và Gruyere Flan ... 192
89. Harissa và Feta Flan ... 194
90. Adobo và Queso Fresco Flan ... 196
91. Bột Ớt và Bánh Flan Asadero ... 198
92. Bánh flan cayenne và Colby ... 200
FLAN TRÁI CÂY ... 202
93. Bánh chuối ... 203
94. Bánh flan cam ... 205
95. Flan vani với quả mọng ... 207
96. Flan quýt ... 209
97. Bánh Flan chanh ... 211
98. Bánh flan dừa Antilles của Pháp ... 213
99. Bánh flan với sốt mâm xôi ... 215
100. Bánh dừa ... 217

PHẦN KẾT LUẬN 219

GIỚI THIỆU

Bánh flan – biểu tượng ngọt ngào của sự tinh tế và nghệ thuật nấu nướng, nay được tái hiện đầy sáng tạo và hiện đại trong *Thiên Đường Bánh Flan Nghệ Thuật Tinh Tế Và Hương Vị Độc Đáo*. Cuốn sách này là hành trang hoàn hảo cho những ai yêu thích làm bánh, từ người mới bắt đầu đến thợ làm bánh kỳ cựu.

Với hơn **50 công thức bánh flan truyền thống và hiện đại**, bạn sẽ khám phá một thế giới đa dạng về hương vị và phong cách. Từ những công thức cổ điển đậm đà đến những phiên bản lành mạnh không chứa gluten và biến tấu hiện đại, cuốn sách này giúp bạn tạo ra những chiếc bánh flan hoàn hảo cho mọi dịp.

Những điều bạn sẽ tìm thấy trong cuốn sách:

- **Công thức làm bánh flan truyền thống và sáng tạo**: Hướng dẫn từng bước từ cơ bản đến nâng cao để tạo ra những món bánh flan thơm ngon.
- **Lựa chọn lành mạnh hơn**: Các công thức không chứa gluten và các món biến tấu với nguyên liệu tốt cho sức khỏe.
- **Kỹ thuật dễ dàng thực hiện**: Bí quyết để đạt được kết cấu mềm mịn, hương vị đậm đà và cách trang trí đầy tinh tế.
- **Đa dạng trong hương vị**: Từ bánh flan truyền thống caramel cổ điển đến bánh flan xoài, matcha, dừa và nhiều hơn thế nữa.
- **Ý tưởng gây ấn tượng**: Gợi ý cách bài trí và phục vụ bánh flan để làm nổi bật các bữa tiệc hoặc buổi gặp mặt gia đình.

Thiên Đường Bánh Flan Nghệ Thuật Tinh Tế Và Hương Vị Độc Đáo là nguồn cảm hứng để bạn khám phá và sáng tạo không ngừng trong thế giới bánh flan. Hãy để những công thức độc đáo và kỹ thuật dễ thực hiện này giúp bạn chinh phục trái tim của mọi thực khách ngay từ miếng đầu tiên!

FLAN HOA

1. Bánh Flan Nước Hoa Hồng

Thành phần:

1 cốc đường
4 quả trứng
2 cốc sữa nguyên chất
1/2 cốc kem nặng
1 muỗng cà phê chiết xuất vani
1/4 cốc nước hoa hồng

Hướng:
Làm nóng lò ở nhiệt độ 350°F.
Trong một cái chảo nhỏ, đun chảy đường trên lửa vừa cho đến khi đường chuyển thành màu nâu vàng caramel.
Đổ caramen vào chảo bánh tròn 9 inch, xoay chảo để phủ đều đáy và các mặt.
Trong một tô lớn, đánh trứng, sữa, kem, chiết xuất vani và nước hoa hồng cho đến khi mịn.
Đổ hỗn hợp trứng vào chảo bánh và đặt chảo vào khay nướng lớn hơn chứa đầy nước nóng, tạo thành một bồn nước.
Nướng trong 50-60 phút hoặc cho đến khi bánh flan đã chín nhưng vẫn hơi lắc lư ở giữa.
Lấy chảo ra khỏi nồi cách thủy và để nguội đến nhiệt độ phòng.
Đậy nắp và để trong tủ lạnh ít nhất 2 giờ hoặc qua đêm.
Để phục vụ, hãy chạy dao quanh mép chảo và úp bánh flan lên đĩa phục vụ.

2. Bánh Flan Hoa Cam

Thành phần:

1 cốc đường
4 quả trứng
2 cốc sữa nguyên chất
1/2 cốc kem nặng
1 muỗng cà phê chiết xuất vani
1/4 cốc nước hoa cam

Hướng:
Làm nóng lò ở nhiệt độ 350°F.
Trong một cái chảo nhỏ, đun chảy đường trên lửa vừa cho đến khi đường chuyển thành màu nâu vàng caramel.
Đổ caramen vào chảo bánh tròn 9 inch, xoay chảo để phủ đều đáy và các mặt.
Trong một tô lớn, đánh trứng, sữa, kem, chiết xuất vani và nước hoa cam cho đến khi mịn.
Đổ hỗn hợp trứng vào chảo bánh và đặt chảo vào khay nướng lớn hơn chứa đầy nước nóng, tạo thành một bồn nước.
Nướng trong 50-60 phút hoặc cho đến khi bánh flan đã chín nhưng vẫn hơi lắc lư ở giữa.
Lấy chảo ra khỏi nồi cách thủy và để nguội đến nhiệt độ phòng.
Đậy nắp và để trong tủ lạnh ít nhất 2 giờ hoặc qua đêm.
Để phục vụ, hãy chạy dao quanh mép chảo và úp bánh flan lên đĩa phục vụ.

3. Bánh flan hoa oải hương

Thành phần:

1 cốc đường
4 quả trứng
2 cốc sữa nguyên chất
1/2 cốc kem nặng
1 muỗng cà phê chiết xuất vani
2 muỗng canh hoa oải hương khô
Hướng:

Làm nóng lò ở nhiệt độ 350°F.
Trong một cái chảo nhỏ, đun chảy đường trên lửa vừa cho đến khi đường chuyển thành màu nâu vàng caramel.
Đổ caramen vào chảo bánh tròn 9 inch, xoay chảo để phủ đều đáy và các mặt.
Trong một tô lớn, đánh trứng, sữa, kem, chiết xuất vani và hoa oải hương khô cho đến khi mịn.
Đổ hỗn hợp trứng vào chảo bánh và đặt chảo vào khay nướng lớn hơn chứa đầy nước nóng, tạo thành một bồn nước.
Nướng trong 50-60 phút hoặc cho đến khi bánh flan đã chín nhưng vẫn hơi lắc lư ở giữa.
Lấy chảo ra khỏi nồi cách thủy và để nguội đến nhiệt độ phòng.
Đậy nắp và để trong tủ lạnh ít nhất 2 giờ hoặc qua đêm.
Để phục vụ, hãy chạy dao quanh mép chảo và đảo ngược bánh flan.

4. Flan hoa hồng và mâm xôi

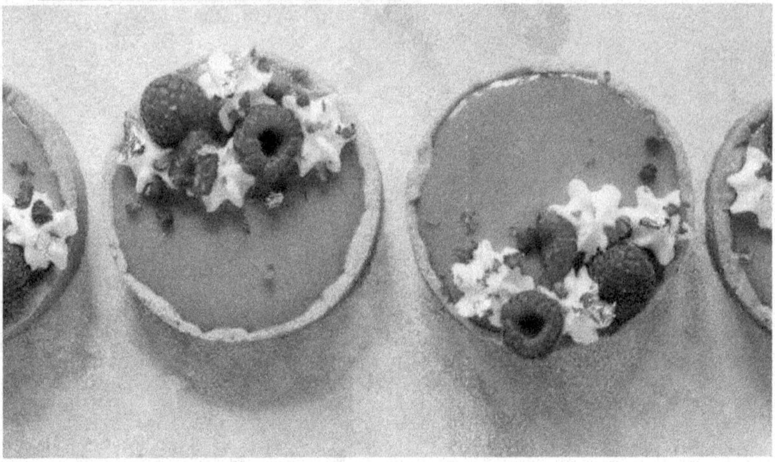

1 vỏ bánh tart 9 inch
2 cốc quả mâm xôi tươi
1/4 chén cánh hoa hồng khô
1 cốc kem đặc
1/2 cốc sữa nguyên chất
3/4 chén đường cát
4 quả trứng lớn
1 muỗng cà phê chiết xuất vani
Hướng dẫn: Làm nóng lò ở nhiệt độ 350°F. Trong một tô trộn lớn, trộn đều kem, sữa, đường, trứng và chiết xuất vani. Thêm quả mâm xôi và cánh hoa hồng vào và khuấy đều. Đổ hỗn hợp vào vỏ bánh tart đã chuẩn bị sẵn và nướng trong 40-45 phút hoặc cho đến khi đông lại ở giữa. Để nguội hoàn toàn trước khi phục vụ.

5. Flan hoa oải hương và chanh

1 vỏ bánh tart 9 inch
2 muỗng canh hoa oải hương khô
1 cốc kem đặc
1/2 cốc sữa nguyên chất
3/4 chén đường cát
4 quả trứng lớn
1/4 cốc nước cốt chanh tươi
Vỏ của 1 quả chanh
Hướng dẫn: Làm nóng lò ở nhiệt độ 350°F. Trong một tô trộn lớn, trộn đều kem, sữa, đường, trứng, nước cốt chanh và vỏ chanh. Thêm hoa oải hương vào và khuấy đều. Đổ hỗn hợp vào vỏ bánh tart đã chuẩn bị sẵn và nướng trong 40-45 phút hoặc cho đến khi đông lại ở giữa. Để nguội hoàn toàn trước khi phục vụ.

6. Flan hoa dâm bụt và xoài

1 vỏ bánh tart 9 inch
1/2 chén hoa dâm bụt khô
1 cốc kem đặc
1/2 cốc sữa nguyên chất
3/4 chén đường cát
4 quả trứng lớn
1 quả xoài chín lớn, thái hạt lựu
Hướng dẫn: Làm nóng lò ở nhiệt độ 350°F. Trong một tô trộn lớn, trộn đều kem, sữa, đường, trứng và xoài thái hạt lựu. Cho hoa dâm bụt vào và khuấy đều. Đổ hỗn hợp vào vỏ bánh tart đã chuẩn bị sẵn và nướng trong 40-45 phút hoặc cho đến khi đông lại ở giữa. Để nguội hoàn toàn trước khi phục vụ.

7. Flan hoa cúc và mật ong

1 vỏ bánh tart 9 inch
2 thìa hoa cúc khô
1 cốc kem đặc
1/2 cốc sữa nguyên chất
3/4 chén đường cát
4 quả trứng lớn
1/4 cốc mật ong
Hướng dẫn: Làm nóng lò ở nhiệt độ 350°F. Trong một tô trộn lớn, trộn đều kem, sữa, đường, trứng và mật ong. Cho hoa cúc vào và khuấy đều. Đổ hỗn hợp vào vỏ bánh tart đã chuẩn bị sẵn và nướng trong 40-45 phút hoặc cho đến khi đông lại ở giữa. Để nguội hoàn toàn trước khi phục vụ.

8. Flan tím và việt quất

1 vỏ bánh tart 9 inch
1/4 chén cánh hoa tím khô
1 cốc kem đặc
1/2 cốc sữa nguyên chất
3/4 chén đường cát
4 quả trứng lớn
1 cốc quả việt quất tươi
Hướng dẫn: Làm nóng lò ở nhiệt độ 350°F. Trong một tô trộn lớn, trộn đều kem, sữa, đường, trứng và quả việt quất tươi. Thêm cánh hoa tím vào và khuấy đều. Đổ hỗn hợp vào vỏ bánh tart đã chuẩn bị sẵn và nướng trong 40-45 phút hoặc cho đến khi đông lại ở giữa. Để nguội hoàn toàn trước khi phục vụ.

9. Flan hoa nhài và đào

1 vỏ bánh tart 9 inch
2 thìa hoa nhài khô
1 cốc kem đặc
1/2 cốc sữa nguyên chất
3/4 chén đường cát
4 quả trứng lớn
2 quả đào chín lớn, gọt vỏ và thái lát
Hướng dẫn: Làm nóng lò ở nhiệt độ 350°F. Trong một tô trộn lớn, trộn đều kem, sữa, đường, trứng và đào cắt lát. Thêm hoa nhài vào và khuấy đều. Đổ hỗn hợp vào vỏ bánh tart đã chuẩn bị sẵn và nướng trong 40-45 phút hoặc cho đến khi đông lại ở giữa. Để nguội hoàn toàn trước khi phục vụ.

10. Flan hoa cơm cháy và dâu

1 vỏ bánh tart 9 inch
1/4 chén hoa cơm cháy khô
1 cốc kem đặc
1/2 cốc sữa nguyên chất
3/4 chén đường cát
4 quả trứng lớn
1 cốc dâu tây tươi, thái lát
Hướng dẫn: Làm nóng lò ở nhiệt độ 350°F. Trong một tô trộn lớn, trộn đều kem, sữa, đường, trứng và dâu tây thái lát. Cho hoa cơm cháy vào và khuấy đều. Đổ hỗn hợp vào vỏ bánh tart đã chuẩn bị sẵn và nướng trong 40-45 phút hoặc cho đến khi đông lại ở giữa. Để nguội hoàn toàn trước khi phục vụ.

11. Flan hoa cam và sung

1 vỏ bánh tart 9 inch
2 muỗng canh cánh hoa cam khô
1 cốc kem đặc
1/2 cốc sữa nguyên chất
3/4 chén đường cát
4 quả trứng lớn
2 quả sung chín lớn, thái lát
Hướng dẫn: Làm nóng lò ở nhiệt độ 350°F. Trong một tô trộn lớn, trộn đều kem, sữa, đường, trứng và quả sung cắt lát. Thêm cánh hoa cam vào và khuấy đều. Đổ hỗn hợp vào vỏ bánh tart đã chuẩn bị sẵn và nướng trong 40-45 phút hoặc cho đến khi đông lại ở giữa. Để nguội hoàn toàn trước khi phục vụ.

12. Flan hương thảo và táo

1 vỏ bánh tart 9 inch
2 muỗng canh hương thảo khô
1 cốc kem đặc
1/2 cốc sữa nguyên chất
3/4 chén đường cát
4 quả trứng lớn
2 quả táo lớn, gọt vỏ và thái lát
Hướng dẫn: Làm nóng lò ở nhiệt độ 350°F. Trong một tô trộn lớn, trộn đều kem, sữa, đường, trứng và táo cắt lát. Thêm lá hương thảo vào và khuấy đều. Đổ hỗn hợp vào vỏ bánh tart đã chuẩn bị sẵn và nướng trong 40-45 phút hoặc cho đến khi đông lại ở giữa. Để nguội hoàn toàn trước khi phục vụ.

13. Flan bạc hà và sô cô la

1 vỏ bánh tart 9 inch
2 muỗng canh lá bạc hà khô
1 cốc kem đặc
1/2 cốc sữa nguyên chất
3/4 chén đường cát
4 quả trứng lớn
1/2 chén sô-cô-la chip vừa ngọt
Hướng dẫn: Làm nóng lò ở nhiệt độ 350°F. Trong một tô trộn lớn, trộn đều kem, sữa, đường, trứng và sô cô la chip. Thêm lá bạc hà vào và khuấy đều. Đổ hỗn hợp vào vỏ bánh tart đã chuẩn bị sẵn và nướng trong 40-45 phút hoặc cho đến khi đông lại ở giữa. Để nguội hoàn toàn trước khi phục vụ.

14. Bánh flan chanh và việt quất

1 vỏ bánh tart 9 inch
2 thìa lá cỏ roi chanh khô
1 cốc kem đặc
1/2 cốc sữa nguyên chất
3/4 chén đường cát
4 quả trứng lớn
1 cốc quả việt quất tươi
Hướng dẫn: Làm nóng lò ở nhiệt độ 350°F. Trong một tô trộn lớn, trộn đều kem, sữa, đường, trứng và quả việt quất tươi. Thêm lá cỏ roi ngựa chanh vào và khuấy đều. Đổ hỗn hợp vào vỏ bánh tart đã chuẩn bị sẵn và nướng trong 40-45 phút hoặc cho đến khi đông lại ở giữa. Để nguội hoàn toàn trước khi phục vụ.

15. Flan hoa oải hương và mật ong

1 vỏ bánh tart 9 inch
2 muỗng canh nụ hoa oải hương khô
1 cốc kem đặc
1/2 cốc sữa nguyên chất
3/4 chén đường cát
4 quả trứng lớn
1/4 cốc mật ong
Hướng dẫn: Làm nóng lò ở nhiệt độ 350°F. Trong một tô trộn lớn, trộn đều kem, sữa, đường, trứng và mật ong. Thêm nụ hoa oải hương vào và khuấy đều. Đổ hỗn hợp vào vỏ bánh tart đã chuẩn bị sẵn và nướng trong 40-45 phút hoặc cho đến khi đông lại ở giữa. Để nguội hoàn toàn trước khi phục vụ.

16. Flan gừng và lê

1 vỏ bánh tart 9 inch
2 thìa gừng tươi bào sợi
1 cốc kem đặc
1/2 cốc sữa nguyên chất
3/4 chén đường cát
4 quả trứng lớn
2 quả lê lớn, gọt vỏ và thái lát
Hướng dẫn: Làm nóng lò ở nhiệt độ 350°F. Trong một tô trộn lớn, trộn đều kem, sữa, đường, trứng và lê cắt lát. Thêm gừng bào sợi vào và khuấy đều. Đổ hỗn hợp vào vỏ bánh tart đã chuẩn bị sẵn và nướng trong 40-45 phút hoặc cho đến khi đông lại ở giữa. Để nguội hoàn toàn trước khi phục vụ.

17. Bánh flan bạch đậu khấu và mận

1 vỏ bánh tart 9 inch
2 muỗng canh thảo quả xay
1 cốc kem đặc
1/2 cốc sữa nguyên chất
3/4 chén đường cát
4 quả trứng lớn
2 quả mận chín lớn, thái lát
Hướng dẫn: Làm nóng lò ở nhiệt độ 350°F. Trong một tô trộn lớn, trộn đều kem, sữa, đường, trứng và mận cắt lát. Thêm bạch đậu khấu xay vào và khuấy đều. Đổ hỗn hợp vào vỏ bánh tart đã chuẩn bị sẵn và nướng trong 40-45 phút hoặc cho đến khi đông lại ở giữa. Để nguội hoàn toàn trước khi phục vụ.

18. Bánh flan xô thơm và mâm xôi

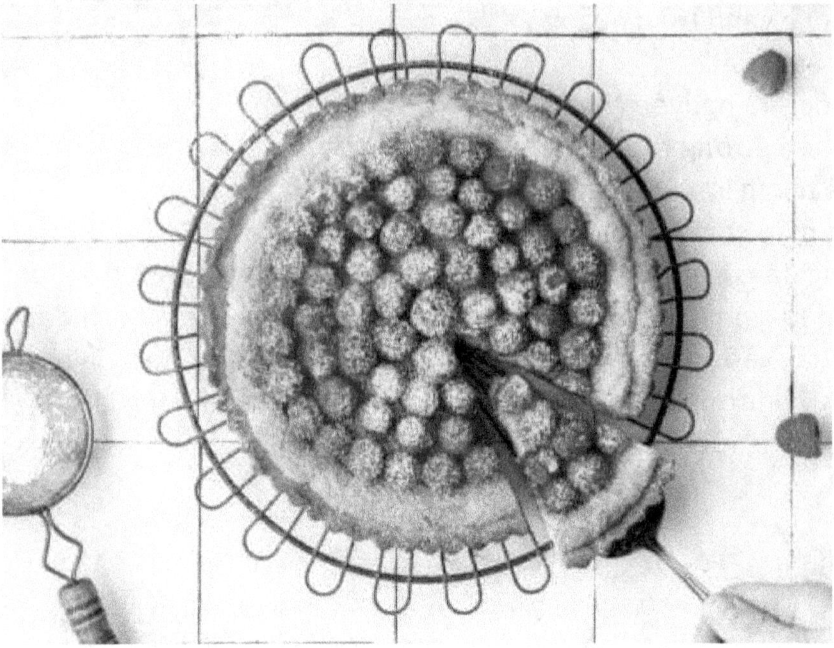

1 vỏ bánh tart 9 inch
2 thìa xô thơm khô
1 cốc kem đặc
1/2 cốc sữa nguyên chất
3/4 chén đường cát
4 quả trứng lớn
1 cốc quả mâm xôi tươi
Hướng dẫn: Làm nóng lò ở nhiệt độ 350°F. Trong một tô trộn lớn, trộn đều kem, sữa, đường, trứng và quả mâm xôi tươi. Thêm lá xô thơm khô vào và khuấy đều. Đổ hỗn hợp vào vỏ bánh tart đã chuẩn bị sẵn và nướng trong 40-45 phút hoặc cho đến khi đông lại ở giữa. Để nguội hoàn toàn trước khi phục vụ.

19. Flan quế và táo

1 vỏ bánh tart 9 inch
2 muỗng canh quế xay
1 cốc kem đặc
1/2 cốc sữa nguyên chất
3/4 chén đường cát
4 quả trứng lớn
2 quả táo lớn, gọt vỏ và thái lát
Hướng dẫn: Làm nóng lò ở nhiệt độ 350°F. Trong một tô trộn lớn, trộn đều kem, sữa, đường, trứng và táo thái lát. Thêm quế xay vào và khuấy đều. Đổ hỗn hợp vào vỏ bánh tart đã chuẩn bị sẵn và nướng trong 40-45 phút hoặc cho đến khi đông lại ở giữa. Để nguội hoàn toàn trước khi phục vụ.

20. Flan hạt nhục đậu khấu và bí ngô

1 vỏ bánh tart 9 inch
2 thìa hạt nhục đậu khấu
1 cốc kem đặc
1/2 cốc sữa nguyên chất
3/4 chén đường cát
4 quả trứng lớn
1 cốc bí ngô xay nhuyễn đóng hộp
Hướng dẫn: Làm nóng lò ở nhiệt độ 350°F. Trong một tô trộn lớn, trộn đều kem, sữa, đường, trứng và bí ngô xay nhuyễn. Thêm hạt nhục đậu khấu vào và khuấy đều. Đổ hỗn hợp vào vỏ bánh tart đã chuẩn bị sẵn và nướng trong 40-45 phút hoặc cho đến khi đông lại ở giữa. Để nguội hoàn toàn trước khi phục vụ.

21. Flan hoa cam và đào

1 vỏ bánh tart 9 inch
2 muỗng canh nước hoa cam
1 cốc kem đặc
1/2 cốc sữa nguyên chất
3/4 chén đường cát
4 quả trứng lớn
2 quả đào lớn, gọt vỏ và thái lát
Hướng dẫn: Làm nóng lò ở nhiệt độ 350°F. Trong một tô trộn lớn, trộn đều kem, sữa, đường, trứng và đào cắt lát. Thêm nước hoa cam vào và khuấy đều. Đổ hỗn hợp vào vỏ bánh tart đã chuẩn bị sẵn và nướng trong 40-45 phút hoặc cho đến khi đông lại ở giữa. Để nguội hoàn toàn trước khi phục vụ.

22. Nước hoa hồng và bánh flan hồ trăn

1 vỏ bánh tart 9 inch
2 muỗng canh nước hoa hồng
1 cốc kem đặc
1/2 cốc sữa nguyên chất
3/4 chén đường cát
4 quả trứng lớn
1/2 chén quả hồ trăn có vỏ, xắt nhỏ
Hướng dẫn: Làm nóng lò ở nhiệt độ 350°F. Trong một tô trộn lớn, trộn đều kem, sữa, đường, trứng và quả hồ trăn cắt nhỏ. Thêm nước hoa hồng vào và khuấy đều. Đổ hỗn hợp vào vỏ bánh tart đã chuẩn bị sẵn và nướng trong 40-45 phút hoặc cho đến khi đông lại ở giữa. Để nguội hoàn toàn trước khi phục vụ.

23. Flan húng tây và việt quất

1 vỏ bánh tart 9 inch
2 muỗng canh lá húng tây tươi
1 cốc kem đặc
1/2 cốc sữa nguyên chất
3/4 chén đường cát
4 quả trứng lớn
1 cốc quả việt quất tươi
Hướng dẫn: Làm nóng lò ở nhiệt độ 350°F. Trong một tô trộn lớn, trộn đều kem, sữa, đường, trứng và quả việt quất tươi. Thêm lá húng tây tươi vào và khuấy đều. Đổ hỗn hợp vào vỏ bánh tart đã chuẩn bị sẵn và nướng trong 40-45 phút hoặc cho đến khi đông lại ở giữa. Để nguội hoàn toàn trước khi phục vụ.

FLAN TUYỆT VỜI

24. Bánh flan hồ trăn

Thành phần:
1/2 chén đường
3/4 cốc quả hồ trăn có vỏ
4 quả trứng lớn
1 lon (14 oz.) sữa đặc có đường
1 lon (12 oz.) sữa cô đặc
1 muỗng cà phê chiết xuất vani

Hướng dẫn:
Làm nóng lò ở nhiệt độ 350°F. Trong một cái chảo nhỏ, nấu đường trên lửa vừa cao cho đến khi tan chảy và có màu vàng nâu. Đổ vào chảo bánh tròn 9 inch, nghiêng để phủ đều đáy. Rắc quả hồ trăn lên trên caramel. Trong một tô lớn, trộn đều trứng, sữa đặc, sữa cô đặc và chiết xuất vani. Đổ hỗn hợp lên caramel và quả hồ trăn. Đặt chảo bánh vào chảo nướng lớn hơn và đổ đầy nước nóng vào chảo lớn hơn đến độ sâu 1 inch. Nướng trong 50-60 phút hoặc cho đến khi dùng dao đâm vào giữa mà thấy sạch. Di chuyển ra khỏi lò và để nguội. Thư giãn ít nhất 2 giờ trước khi phục vụ.

25. Bánh flan hạt dẻ

Thành phần:
1 cốc đường
1/2 chén hạt phỉ xắt nhỏ
4 quả trứng lớn
1 lon (14 oz.) sữa đặc có đường
1 lon (12 oz.) sữa cô đặc
1 muỗng cà phê chiết xuất vani

Hướng dẫn:
Làm nóng lò ở nhiệt độ 350°F.
Trong một cái chảo nhỏ, nấu đường trên lửa vừa cao cho đến khi tan chảy và có màu vàng nâu. Đổ vào chảo bánh tròn 9 inch, nghiêng để phủ đều đáy. Rắc hạt phỉ lên caramen. Trong một tô lớn, trộn đều trứng, sữa đặc, sữa cô đặc và chiết xuất vani. Đổ hỗn hợp lên caramel và hạt phỉ. Đặt chảo bánh vào chảo nướng lớn hơn và đổ đầy nước nóng vào chảo lớn hơn đến độ sâu 1 inch. Nướng trong 50-60 phút hoặc cho đến khi dùng dao đâm vào giữa mà thấy sạch. Di chuyển ra khỏi lò và để nguội. Thư giãn ít nhất 2 giờ trước khi phục vụ.

26. Bánh Flan óc chó

Thành phần:
1/2 chén đường
3/4 chén quả óc chó cắt nhỏ
4 quả trứng lớn
1 lon (14 oz.) sữa đặc có đường
1 lon (12 oz.) sữa cô đặc
1 muỗng cà phê chiết xuất vani

Hướng dẫn:
Làm nóng lò ở nhiệt độ 350°F.
Trong một cái chảo nhỏ, nấu đường trên lửa vừa cao cho đến khi tan chảy và có màu vàng nâu. Đổ vào chảo bánh tròn 9 inch, nghiêng để phủ đều đáy. Rắc quả óc chó lên caramen. Trong một tô lớn, trộn đều trứng, sữa đặc, sữa cô đặc và chiết xuất vani. Đổ hỗn hợp lên caramel và quả óc chó. Đặt chảo bánh vào chảo nướng lớn hơn và đổ đầy chảo lớn hơn vào chảo nóng.

27. Flan hạt Macadamia

Thành phần:
1 cốc đường
1/2 chén hạt macadamia cắt nhỏ
4 quả trứng lớn
1 lon (14 oz.) sữa đặc có đường
1 lon (12 oz.) sữa cô đặc
1 muỗng cà phê chiết xuất vani

Hướng dẫn:
Làm nóng lò ở nhiệt độ 350°F.
Trong một cái chảo nhỏ, nấu đường trên lửa vừa cao cho đến khi tan chảy và có màu vàng nâu.
Đổ vào chảo bánh tròn 9 inch, nghiêng để phủ đều đáy. Rắc hạt macadamia lên caramen. Trong một tô lớn, trộn đều trứng, sữa đặc, sữa cô đặc và chiết xuất vani. Đổ hỗn hợp lên caramen và các loại hạt. Đặt chảo bánh vào chảo nướng lớn hơn và đổ đầy nước nóng vào chảo lớn hơn đến độ sâu 1 inch.
Nướng trong 50-60 phút hoặc cho đến khi dùng dao đâm vào giữa mà thấy sạch. Di chuyển ra khỏi lò và để nguội. Thư giãn ít nhất 2 giờ trước khi phục vụ.

28. bánh flan hồ đào

Thành phần:
1/2 chén đường
3/4 chén hồ đào xắt nhỏ
4 quả trứng lớn
1 lon (14 oz.) sữa đặc có đường
1 lon (12 oz.) sữa cô đặc
1 muỗng cà phê chiết xuất vani

Hướng dẫn:
Làm nóng lò ở nhiệt độ 350°F.
Trong một cái chảo nhỏ, nấu đường trên lửa vừa cao cho đến khi tan chảy và có màu vàng nâu. Đổ vào chảo bánh tròn 9 inch, nghiêng để phủ đều đáy. Rắc hồ đào lên caramen. Trong một tô lớn, trộn đều trứng, sữa đặc, sữa cô đặc và chiết xuất vani. Đổ hỗn hợp lên caramel và hồ đào. Đặt chảo bánh vào chảo nướng lớn hơn và đổ đầy nước nóng vào chảo lớn hơn đến độ sâu 1 inch. Nướng trong 50-60 phút hoặc cho đến khi dùng dao đâm vào giữa mà thấy sạch.
Di chuyển ra khỏi lò và để nguội. Thư giãn ít nhất 2 giờ trước khi phục vụ.

29. Bánh flan hạt điều

Thành phần:
1 cốc đường
1/2 chén hạt điều xắt nhỏ
4 quả trứng lớn
1 lon (14 oz.) sữa đặc có đường
1 lon (12 oz.) sữa cô đặc
1 muỗng cà phê chiết xuất vani

Hướng dẫn:
Làm nóng lò ở nhiệt độ 350°F.
Trong một cái chảo nhỏ, nấu đường trên lửa vừa cao cho đến khi tan chảy và có màu vàng nâu. Đổ vào chảo bánh tròn 9 inch, nghiêng để phủ đều đáy. Rắc hạt điều lên caramen. Trong một tô lớn, trộn đều trứng, sữa đặc, sữa cô đặc và chiết xuất vani. Đổ hỗn hợp lên caramen và hạt điều. Đặt chảo bánh vào chảo nướng lớn hơn và đổ đầy nước nóng vào chảo lớn hơn đến độ sâu 1 inch. Nướng trong 50-60 phút hoặc cho đến khi dùng dao đâm vào giữa mà thấy sạch. Di chuyển ra khỏi lò và để nguội. Thư giãn ít nhất 2 giờ trước khi phục vụ.

30. Bánh flan hạt Brazil

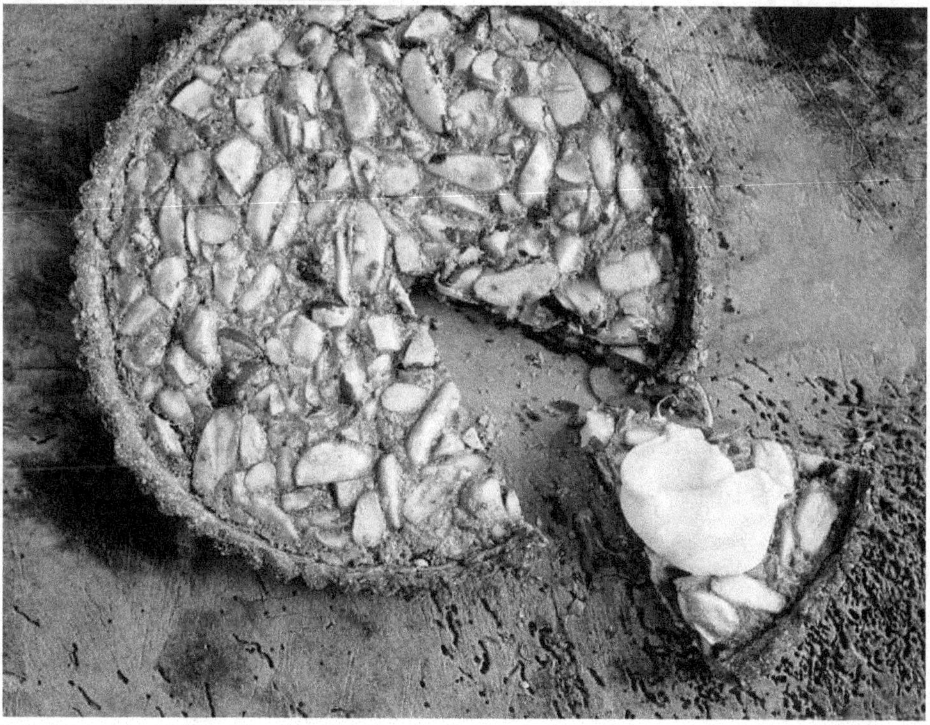

Thành phần:
1/2 chén đường
3/4 chén quả hạch Brazil cắt nhỏ
4 quả trứng lớn
1 lon (14 oz.) sữa đặc có đường
1 lon (12 oz.) sữa cô đặc
1 muỗng cà phê chiết xuất vani

Hướng dẫn:
Làm nóng lò ở nhiệt độ 350°F.
Trong một cái chảo nhỏ, nấu đường trên lửa vừa cao cho đến khi tan chảy và có màu vàng nâu. Đổ vào chảo bánh tròn 9 inch, nghiêng để phủ đều đáy. Rắc hạt Brazil lên caramen. Trong một tô lớn, trộn đều trứng, sữa đặc, sữa cô đặc và chiết xuất vani. Đổ hỗn hợp lên caramen và các loại hạt. Đặt chảo bánh vào chảo nướng lớn hơn và đổ đầy nước nóng vào chảo lớn hơn đến độ sâu 1 inch. Nướng trong 50-60 phút hoặc cho đến khi dùng dao đâm vào giữa mà thấy sạch. Di chuyển ra khỏi lò và để nguội. Thư giãn ít nhất 2 giờ trước khi phục vụ.

31. Flan hạnh nhân

Thành phần:

1 cốc đường
4 quả trứng
2 cốc sữa nguyên chất
1/2 cốc kem nặng
1 muỗng cà phê chiết xuất vani
1/2 chén bột hạnh nhân
1/4 chén hạnh nhân thái lát

Hướng:
Làm nóng lò ở nhiệt độ 350°F.
Trong một cái chảo nhỏ, đun chảy đường trên lửa vừa cho đến khi đường chuyển thành màu nâu vàng caramel.
Đổ caramen vào chảo bánh tròn 9 inch, xoay chảo để phủ đều đáy và các mặt.
Trong một tô lớn, đánh trứng, sữa, kem, chiết xuất vani và bột hạnh nhân cho đến khi mịn.
Đổ hỗn hợp trứng vào chảo bánh và đặt chảo vào khay nướng lớn hơn chứa đầy nước nóng, tạo thành một bồn nước.
Rắc hạnh nhân cắt lát lên trên mặt bánh flan.
Nướng trong 50-60 phút hoặc cho đến khi bánh flan đã chín nhưng vẫn hơi lắc lư ở giữa.
Lấy chảo ra khỏi nồi cách thủy và để nguội đến nhiệt độ phòng.
Đậy nắp và để trong tủ lạnh ít nhất 2 giờ hoặc qua đêm.
Để phục vụ, hãy chạy dao quanh mép chảo và úp bánh flan lên đĩa phục vụ.

32. bánh flan almendra

1¼ cốc sữa nguyên chất
4 quả trứng lớn
3 gói chất làm ngọt aspartame, hoặc tùy theo khẩu vị
1 thìa đường
1 muỗng cà phê chiết xuất vani
1 muỗng cà phê chiết xuất hạnh nhân (tùy chọn)
¼ chén hạnh nhân thái lát
½ cốc quả mọng bạn chọn để trang trí (tùy chọn)
Đặt một chảo rang chứa đầy 1 inch nước vào lò nướng và làm nóng trước ở nhiệt độ 325°F. Bơ 4 cốc ramekins hoặc cốc sữa trứng thủy tinh.
Làm ấm sữa trong bát 1 lít, dùng được trong lò vi sóng trong 2 phút ở chế độ cao (100% công suất). Ngoài ra, đun nóng trên bếp trong một cái chảo vừa để đun sôi.
Trong khi đó, trong một tô khác, đánh đều trứng, chất làm ngọt, đường, vani và chiết xuất hạnh nhân, nếu dùng. Đổ sữa nóng vào hỗn hợp trứng và khuấy đều.
Nướng hạnh nhân bằng cách đun nóng chúng trong chảo khô nhỏ cho đến khi chúng bắt đầu chuyển sang màu nâu, khoảng 1 phút. Chia hạnh nhân cho 4 chiếc ramekin, sau đó đổ sữa trứng vào. Che bằng lá nhôm. Đặt ramekins vào bồn nước. Nướng cho đến khi sữa trứng đông lại, khoảng 20 phút. Để kiểm tra, hãy nhét một con dao vào giữa; nó sẽ sạch sẽ.
Phục vụ ở nhiệt độ phòng hoặc ướp lạnh. Để phục vụ, hãy chạy dao quanh mép ramekin, sau đó úp bánh flan ra đĩa tráng miệng. Nếu muốn, hãy thêm ½ cốc quả mọng bạn chọn.

FLAN RAU

33. Bánh bí ngô

Thành phần:

1 cốc đường
4 quả trứng
1 lon (15 oz) bí ngô xay nhuyễn
1 lon (14 oz) sữa đặc có đường
1 muỗng cà phê quế xay
1/2 muỗng cà phê gừng xay
1/4 muỗng cà phê hạt nhục đậu khấu
1/4 muỗng cà phê muối
Hướng:

Làm nóng lò ở nhiệt độ 350°F.
Trong một cái chảo nhỏ, đun chảy đường trên lửa vừa cho đến khi đường chuyển thành màu nâu vàng caramel.
Đổ caramen vào chảo bánh tròn 9 inch, xoay chảo để phủ đều đáy và các mặt.
Trong một tô lớn, đánh trứng, bí đỏ xay nhuyễn, sữa đặc, quế, gừng, nhục đậu khấu và muối cho đến khi mịn.
Đổ hỗn hợp trứng vào chảo bánh và đặt chảo vào khay nướng lớn hơn chứa đầy nước nóng, tạo thành một bồn nước.
Nướng trong 50-60 phút hoặc cho đến khi bánh flan đã chín nhưng vẫn hơi lắc lư ở giữa.
Lấy chảo ra khỏi nồi cách thủy và để nguội đến nhiệt độ phòng.
Đậy nắp và để trong tủ lạnh ít nhất 2 giờ hoặc qua đêm.
Để phục vụ, hãy chạy dao quanh mép chảo và úp bánh flan lên đĩa phục vụ.

34. bánh flan Ube

THÀNH PHẦN:

- 10 lòng đỏ trứng
- Sữa đặc lon 14 ounce
- 12 ounce sữa cô đặc có thể
- 1 muỗng canh chiết xuất ube
- 3/4 chén đường cát
- 2 muỗng canh nước

HƯỚNG DẪN:

a) Làm nóng lò ở nhiệt độ 350F

b) Trong một nồi nhỏ, đun sôi đường và nước trên lửa vừa cho đến khi đường tan hết

c) Sau đó hạ lửa và tiếp tục đun đường cho đến khi có màu caramel vàng.

d) Chia caramen cho 6 khuôn ramekin và để nguội

e) Trong một tô lớn, đánh nhẹ lòng đỏ trứng với sữa đặc và chiết xuất ube

f) Sau đó đổ sữa đặc vào và khuấy nhẹ để hòa quyện

g) Đổ hỗn hợp trứng và sữa qua rây mịn, đổ từng chiếc ramekin vào, chỉ vừa đủ ngập mặt.

h) Lót khăn dưới đáy khay nướng và đặt từng chiếc ramekin lên trên

i) Sau đó đổ nước sôi vào khay nướng cho đến khi ngập đến nửa thành khuôn ramekins.

j) Chuyển khay vào lò nướng và nướng trong 45-55 phút.

35. Flan cà rốt với Microgreen

Tạo ra: 6

THÀNH PHẦN:

- 12 ounce cà rốt
- 4 quả trứng
- ½ cốc kem đặc
- ½ muỗng cà phê muối biển
- ¼ thìa cà phê tiêu đen xay
- Một số ít cúc vạn thọ
- Nước sốt được lựa chọn

HƯỚNG DẪN:

a) Làm nóng lò ở nhiệt độ 325 độ F.

b) Quét bơ ramekins.

c) Trong nồi nước sôi có muối, nấu cà rốt cho đến khi mềm, khoảng 8 phút.

d) Để ráo nước và xay nhuyễn cho đến khi mịn trong máy xay thực phẩm hoặc máy xay sinh tố, sau đó để nguội một chút.

e) Cho cà rốt xay nhuyễn, trứng, kem tươi, muối và tiêu vào tô trộn.

f) Đặt các ramekin đã phết bơ vào chảo nướng và chia hỗn hợp cho chúng.

g) Đổ đủ nước nóng vào khay nướng để ngập nửa khuôn ramekins.

h) Nướng cho đến khi sữa trứng đông lại và dùng dao cắm gần giữa bánh sẽ thấy sạch, khoảng 30 phút.

i) Lấy ramekins ra khỏi đĩa nướng và đặt chúng sang một bên để nguội một chút trước khi mở khuôn.

j) Trong một bát trộn, đặt một ít rau xanh cho mỗi khẩu phần bánh flan.

k) Phục vụ bánh flan với một ít rau xanh đã trộn và rắc dầu giấm lên một bên.

36. Bánh bí ngô

Làm: 6-8 phần ăn

THÀNH PHẦN:

- ¾ cốc đường
- ½ thìa cà phê chiết xuất cây phong nguyên chất
- 2 thìa cà phê vỏ cam bào
- ½ thìa cà phê hoa bách hợp
- 1½ muỗng cà phê quế xay
- ½ muỗng cà phê hạt nhục đậu khấu
- lon 28 ouncedựa trên thực vậtsữa
- 1 cốc bí ngô xay nhuyễn
- ½ cốc mascarpone Ý
- 1 muỗng cà phê chiết xuất vani nguyên chất

HƯỚNG DẪN:

a) Trong một cái chảo có đáy nặng, trộn đường, xi-rô cây phong và nước.

b) Nấu ở mức sôi thấp, thỉnh thoảng khuấy trong 5-10 phút hoặc cho đến khi hỗn hợp chuyển sang màu nâu vàng và đạt nhiệt độ 230°F.

c) Tắt bếp, cho hoa bách hợp vào rồi đổ ngay vào khuôn bánh tròn to.

d) Trong một bát trộn, trộn sữa làm từ thực vật, bí ngô nghiền nhuyễn và mascarpone; đánh ở tốc độ thấp cho đến khi mịn.

e) Đánh đều vani, chiết xuất cây phong, vỏ cam, quế và hạt nhục đậu khấu với nhau trong tô trộn.

f) Đổ hỗn hợp bí ngô vào chảo với caramen từ từ để chúng không trộn lẫn.

g) Đặt khay bánh vào khay nướng và đổ nước nóng vừa đủ vào khay nướng sao cho ngập đến nửa mép khay bánh.

h) Nướng trong 70-75 phút ở giữa lò, cho đến khi sữa trứng vừa chín hẳn.

i) Lấy bánh flan ra khỏi nồi cách thủy và để nguội hoàn toàn trên giá làm mát. Làm lạnh trong ít nhất 3 giờ.

j) Chạy một con dao nhỏ quanh mép bánh flan.

k) Lật chảo bánh lên một đĩa phẳng phục vụ với một chút môi và úp bánh flan ra đĩa. Caramen sẽ nhỏ giọt khắp các mặt của bánh flan.

l) Cắt thành từng miếng vừa ăn và dùng với một thìa caramen trên mỗi lát.

37. Bánh flan ớt đỏ nướng

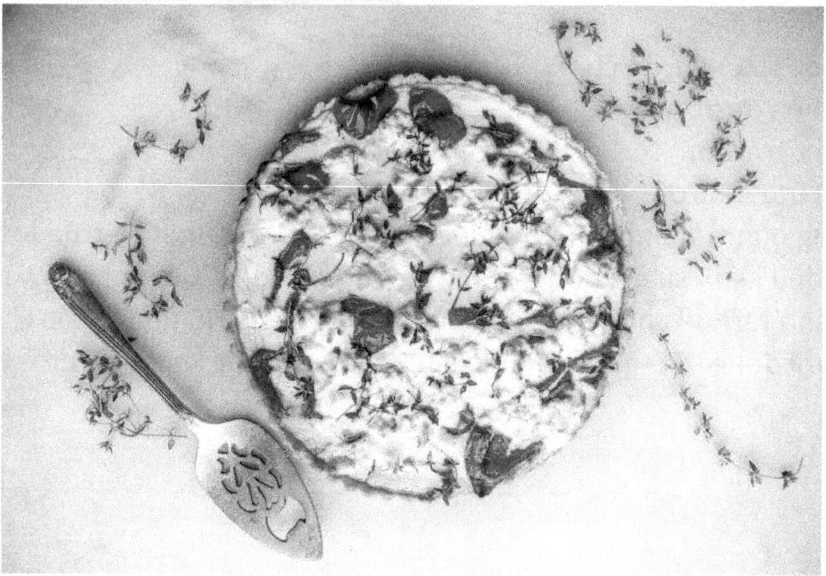

1 vỏ bánh tart 9 inch
1 cốc kem đặc
1/2 cốc sữa nguyên chất
3/4 chén đường cát
4 quả trứng lớn
2 quả ớt đỏ nướng lớn, gọt vỏ và bỏ hạt
Hướng dẫn: Làm nóng lò ở nhiệt độ 350°F. Trong một tô trộn lớn, trộn đều kem, sữa, đường, trứng và ớt đỏ nướng. Đổ hỗn hợp vào vỏ bánh tart đã chuẩn bị sẵn và nướng trong 40-45 phút hoặc cho đến khi đông lại ở giữa. Để nguội hoàn toàn trước khi phục vụ.

38. Bánh flan Feta và rau bina

1 vỏ bánh tart 9 inch
1 cốc kem đặc
1/2 cốc sữa nguyên chất
3/4 chén đường cát
4 quả trứng lớn
1 chén rau bina tươi, xắt nhỏ
1/2 chén phô mai feta vụn
Hướng dẫn: Làm nóng lò ở nhiệt độ 350°F. Trong một tô trộn lớn, trộn đều kem, sữa, đường, trứng, rau bina cắt nhỏ và phô mai feta vụn. Đổ hỗn hợp vào vỏ bánh tart đã chuẩn bị sẵn và nướng trong 40-45 phút hoặc cho đến khi đông lại ở giữa. Để nguội hoàn toàn trước khi phục vụ.

39. Bông cải xanh và Flan Cheddar

1 vỏ bánh tart 9 inch
1 cốc kem đặc
1/2 cốc sữa nguyên chất
3/4 chén đường cát
4 quả trứng lớn
1 chén bông cải xanh xắt nhỏ
1/2 chén phô mai cheddar cắt nhỏ
Hướng dẫn: Làm nóng lò ở nhiệt độ 350°F. Trong một tô trộn lớn, trộn đều kem, sữa, đường, trứng, bông cải xanh xắt nhỏ và phô mai cheddar cắt nhỏ. Đổ hỗn hợp vào vỏ bánh tart đã chuẩn bị sẵn và nướng trong 40-45 phút hoặc cho đến khi đông lại ở giữa. Để nguội hoàn toàn trước khi phục vụ.

40. Măng tây và bánh flan Parmesan

1 vỏ bánh tart 9 inch
1 cốc kem đặc
1/2 cốc sữa nguyên chất
3/4 chén đường cát
4 quả trứng lớn
1 cốc măng tây xắt nhỏ
1/2 chén phô mai parmesan bào

Hướng dẫn: Làm nóng lò ở nhiệt độ 350°F. Trong một tô trộn lớn, trộn đều kem, sữa, đường, trứng, măng tây cắt nhỏ và phô mai parmesan bào. Đổ hỗn hợp vào vỏ bánh tart đã chuẩn bị sẵn và nướng trong 40-45 phút hoặc cho đến khi đông lại ở giữa. Để nguội hoàn toàn trước khi phục vụ.

41. Butternut Squash và Sage Flan

1 vỏ bánh tart 9 inch
1 cốc kem đặc
1/2 cốc sữa nguyên chất
3/4 chén đường cát
4 quả trứng lớn
1 chén bí ngô nấu chín và nghiền
2 muỗng canh cây xô thơm tươi xắt nhỏ
Hướng dẫn: Làm nóng lò ở nhiệt độ 350°F. Trong một tô trộn lớn, trộn đều kem, sữa, đường, trứng, bí đỏ nghiền và cây xô thơm tươi cắt nhỏ. Đổ hỗn hợp vào vỏ bánh tart đã chuẩn bị sẵn và nướng trong 40-45 phút hoặc cho đến khi đông lại ở giữa. Để nguội hoàn toàn trước khi phục vụ.

42. Flan bí ngòi và phô mai dê

1 vỏ bánh tart 9 inch
1 cốc kem đặc
1/2 cốc sữa nguyên chất
3/4 chén đường cát
4 quả trứng lớn
1 cốc bí xanh nghiền
1/2 chén phô mai dê vụn
Hướng dẫn: Làm nóng lò ở nhiệt độ 350°F. Trong một tô trộn lớn, trộn đều kem, sữa, đường, trứng, bí ngòi nghiền và phô mai dê vụn. Đổ hỗn hợp vào vỏ bánh tart đã chuẩn bị sẵn và nướng trong 40-45 phút hoặc cho đến khi đông lại ở giữa. Để nguội hoàn toàn trước khi phục vụ.

43. Flan cà chua và húng quế

1 vỏ bánh tart 9 inch
1 cốc kem đặc
1/2 cốc sữa nguyên chất
3/4 chén đường cát
4 quả trứng lớn
1 cốc cà chua thái hạt lựu
2 muỗng canh húng quế tươi xắt nhỏ

Hướng dẫn: Làm nóng lò ở nhiệt độ 350°F. Trong một tô trộn lớn, trộn đều kem, sữa, đường, trứng, cà chua thái hạt lựu và húng quế tươi cắt nhỏ. Đổ hỗn hợp vào vỏ bánh tart đã chuẩn bị sẵn và nướng trong 40-45 phút hoặc cho đến khi đông lại ở giữa. Để nguội hoàn toàn trước khi phục vụ.

44. Bánh flan rau củ nướng

1 vỏ bánh tart 9 inch
1 cốc kem đặc
1/2 cốc sữa nguyên chất
3/4 chén đường cát
4 quả trứng lớn
1 chén rau nướng (như bí xanh, ớt chuông và hành tây), xắt nhỏ
Hướng dẫn: Làm nóng lò ở nhiệt độ 350°F. Trong một tô trộn lớn, trộn đều kem, sữa, đường, trứng và rau củ nướng cắt nhỏ. Đổ hỗn hợp vào vỏ bánh tart đã chuẩn bị sẵn và nướng trong 40-45 phút hoặc cho đến khi đông lại ở giữa. Để nguội hoàn toàn trước khi phục vụ.

45. Flan cà rốt và gừng

1 vỏ bánh tart 9 inch
1 cốc kem đặc
1/2 cốc sữa nguyên chất
3/4 chén đường cát
4 quả trứng lớn
1 cốc cà rốt bào sợi
1 muỗng canh gừng tươi xay
Hướng dẫn: Làm nóng lò ở nhiệt độ 350°F. Trong một tô trộn lớn, trộn đều kem, sữa, đường, trứng, cà rốt bào sợi và gừng tươi bào sợi. Đổ hỗn hợp vào vỏ bánh tart đã chuẩn bị sẵn và nướng trong 40-45 phút hoặc cho đến khi đông lại ở giữa. Để nguội hoàn toàn trước khi phục vụ.

46. Flan nấm và húng tây

1 vỏ bánh tart 9 inch
1 cốc kem đặc
1/2 cốc sữa nguyên chất
3/4 chén đường cát
4 quả trứng lớn
1 chén nấm xắt nhỏ
1 muỗng canh húng tây tươi xắt nhỏ

Hướng dẫn: Làm nóng lò ở nhiệt độ 350°F. Trong một tô trộn lớn, trộn đều kem, sữa, đường, trứng, nấm cắt nhỏ và húng tây tươi cắt nhỏ. Đổ hỗn hợp vào vỏ bánh tart đã chuẩn bị sẵn và nướng trong 40-45 phút hoặc cho đến khi đông lại ở giữa. Để nguội hoàn toàn trước khi phục vụ.

47. Flan khoai tây và hương thảo

1 vỏ bánh tart 9 inch
1 cốc kem đặc
1/2 cốc sữa nguyên chất
3/4 chén đường cát
4 quả trứng lớn
1 chén khoai tây nấu chín và thái hạt lựu
1 muỗng canh hương thảo tươi xắt nhỏ
Hướng dẫn: Làm nóng lò ở nhiệt độ 350°F. Trong một tô trộn lớn, trộn đều kem, sữa, đường, trứng, khoai tây nấu chín và thái hạt lựu, cùng lá hương thảo tươi cắt nhỏ. Đổ hỗn hợp vào vỏ bánh tart đã chuẩn bị sẵn và nướng trong 40-45 phút hoặc cho đến khi đông lại ở giữa. Để nguội hoàn toàn trước khi phục vụ.

48. Cà tím và Mozzarella Flan

1 vỏ bánh tart 9 inch
1 cốc kem đặc
1/2 cốc sữa nguyên chất
3/4 chén đường cát
4 quả trứng lớn
1 cốc cà tím thái hạt lựu
1/2 chén phô mai mozzarella thái nhỏ
Hướng dẫn: Làm nóng lò ở nhiệt độ 350°F. Trong một tô trộn lớn, trộn đều kem, sữa, đường, trứng, cà tím thái hạt lựu và phô mai mozzarella cắt nhỏ. Đổ hỗn hợp vào vỏ bánh tart đã chuẩn bị sẵn và nướng trong 40-45 phút hoặc cho đến khi đông lại ở giữa. Để nguội hoàn toàn trước khi phục vụ.

49. Butternut Squash và Sage Flan

1 vỏ bánh tart 9 inch
1 cốc kem đặc
1/2 cốc sữa nguyên chất
3/4 chén đường cát
4 quả trứng lớn
1 chén bí ngô nấu chín và nghiền
1 muỗng canh cây xô thơm tươi xắt nhỏ
Hướng dẫn: Làm nóng lò ở nhiệt độ 350°F. Trong một tô trộn lớn, trộn đều kem, sữa, đường, trứng, bí đỏ nấu chín và nghiền nhuyễn, cùng cây xô thơm tươi cắt nhỏ. Đổ hỗn hợp vào vỏ bánh tart đã chuẩn bị sẵn và nướng trong 40-45 phút hoặc cho đến khi đông lại ở giữa. Để nguội hoàn toàn trước khi phục vụ.

50. Bông cải xanh và Flan Cheddar

1 vỏ bánh tart 9 inch
1 cốc kem đặc
1/2 cốc sữa nguyên chất
3/4 chén đường cát
4 quả trứng lớn
1 chén bông cải xanh xắt nhỏ
1/2 chén phô mai cheddar cắt nhỏ
Hướng dẫn: Làm nóng lò ở nhiệt độ 350°F. Trong một tô trộn lớn, trộn đều kem, sữa, đường, trứng, bông cải xanh cắt nhỏ và phô mai cheddar cắt nhỏ. Đổ hỗn hợp vào vỏ bánh tart đã chuẩn bị sẵn và nướng trong 40-45 phút hoặc cho đến khi đông lại ở giữa. Để nguội hoàn toàn trước khi phục vụ.

51. Cải xoăn và Feta Flan

1 vỏ bánh tart 9 inch
1 cốc kem đặc
1/2 cốc sữa nguyên chất
3/4 chén đường cát
4 quả trứng lớn
1 chén cải xoăn xắt nhỏ
1/2 chén phô mai feta vụn
Hướng dẫn: Làm nóng lò ở nhiệt độ 350°F. Trong một tô trộn lớn, trộn đều kem, sữa, đường, trứng, cải xoăn cắt nhỏ và phô mai feta vụn. Đổ hỗn hợp vào vỏ bánh tart đã chuẩn bị sẵn và nướng trong 40-45 phút hoặc cho đến khi đông lại ở giữa. Để nguội hoàn toàn trước khi phục vụ.

52. Flan phô mai củ cải và dê

1 vỏ bánh tart 9 inch
1 cốc kem đặc
1/2 cốc sữa nguyên chất
3/4 chén đường cát
4 quả trứng lớn
1 chén củ cải nấu chín
1/2 chén phô mai dê vụn
Hướng dẫn: Làm nóng lò ở nhiệt độ 350°F. Trong một tô trộn lớn, trộn đều kem, sữa, đường, trứng, củ cải nấu chín và phô mai dê vụn. Đổ hỗn hợp vào vỏ bánh tart đã chuẩn bị sẵn và nướng trong 40-45 phút hoặc cho đến khi đông lại ở giữa. Để nguội hoàn toàn trước khi phục vụ.

53. Flan tỏi tây và Parmesan

1 vỏ bánh tart 9 inch
1 cốc kem đặc
1/2 cốc sữa nguyên chất
3/4 chén đường cát
4 quả trứng lớn
1 chén tỏi tây xắt nhỏ
1/2 chén phô mai Parmesan bào
Hướng dẫn: Làm nóng lò ở nhiệt độ 350°F. Trong một tô trộn lớn, trộn đều kem, sữa, đường, trứng, tỏi tây cắt nhỏ và phô mai Parmesan bào. Đổ hỗn hợp vào vỏ bánh tart đã chuẩn bị sẵn và nướng trong 40-45 phút hoặc cho đến khi đông lại ở giữa. Để nguội hoàn toàn trước khi phục vụ.

54. Súp lơ và Gruyere Flan

1 vỏ bánh tart 9 inch
1 cốc kem đặc
1/2 cốc sữa nguyên chất
3/4 chén đường cát
4 quả trứng lớn
1 chén súp lơ xắt nhỏ
1/2 chén phô mai Gruyere cắt nhỏ
Hướng dẫn: Làm nóng lò ở nhiệt độ 350°F. Trong một tô trộn lớn, trộn đều kem, sữa, đường, trứng, súp lơ xắt nhỏ và phô mai Gruyere cắt nhỏ. Đổ hỗn hợp vào vỏ bánh tart đã chuẩn bị sẵn và nướng trong 40-45 phút hoặc cho đến khi đông lại ở giữa. Để nguội hoàn toàn trước khi phục vụ.

55. Flan khoai lang và hành tây caramen

1 vỏ bánh tart 9 inch
1 cốc kem đặc
1/2 cốc sữa nguyên chất
3/4 chén đường cát
4 quả trứng lớn
1 chén khoai lang nấu chín thái hạt lựu
1 chén hành tây caramen
Hướng dẫn: Làm nóng lò ở nhiệt độ 350°F. Trong một tô trộn lớn, trộn đều kem, sữa, đường, trứng, khoai lang nấu chín thái hạt lựu và hành tây caramen. Đổ hỗn hợp vào vỏ bánh tart đã chuẩn bị sẵn và nướng trong 40-45 phút hoặc cho đến khi đông lại ở giữa. Để nguội hoàn toàn trước khi phục vụ.

56. Flan cà chua và húng quế

1 vỏ bánh tart 9 inch
1 cốc kem đặc
1/2 cốc sữa nguyên chất
3/4 chén đường cát
4 quả trứng lớn
1 cốc cà chua thái hạt lựu
1/4 chén húng quế tươi xắt nhỏ
Hướng dẫn: Làm nóng lò ở nhiệt độ 350°F. Trong một tô trộn lớn, trộn đều kem, sữa, đường, trứng, cà chua thái hạt lựu và húng quế tươi cắt nhỏ. Đổ hỗn hợp vào vỏ bánh tart đã chuẩn bị sẵn và nướng trong 40-45 phút hoặc cho đến khi đông lại ở giữa. Để nguội hoàn toàn trước khi phục vụ.

CARAMEL & FLAN CÀ PHÊ

57. Bánh flan cà phê

Thành phần:

1 cốc đường
4 quả trứng
2 cốc sữa nguyên chất
1/2 cốc kem nặng
1 muỗng cà phê chiết xuất vani
1/4 cốc cà phê đã pha, để nguội
Hướng:

Làm nóng lò ở nhiệt độ 350°F.
Trong một cái chảo nhỏ, đun chảy đường trên lửa vừa cho đến khi đường chuyển thành màu nâu vàng caramel.
Đổ caramen vào chảo bánh tròn 9 inch, xoay chảo để phủ đều đáy và các mặt.
Trong một tô lớn, đánh trứng, sữa, kem, chiết xuất vani và cà phê cho đến khi mịn.
Đổ hỗn hợp trứng vào chảo bánh và đặt chảo vào khay nướng lớn hơn chứa đầy nước nóng, tạo thành một bồn nước.
Nướng trong 50-60 phút hoặc cho đến khi bánh flan đã chín nhưng vẫn hơi lắc lư ở giữa.
Lấy chảo ra khỏi nồi cách thủy và để nguội đến nhiệt độ phòng.
Đậy nắp và để trong tủ lạnh ít nhất 2 giờ hoặc qua đêm.
Để phục vụ, hãy chạy dao quanh mép chảo và úp bánh flan lên đĩa phục vụ.

58. Bánh flan sô-cô-la

Thành phần:

1 cốc đường
4 quả trứng
2 cốc sữa
1/2 cốc kem nặng
1 muỗng cà phê chiết xuất vani
4 oz sôcôla đắng, cắt nhỏ
Hướng:

Làm nóng lò ở nhiệt độ 350°F.
Trong một cái chảo nhỏ, đun chảy đường trên lửa vừa cho đến khi đường chuyển thành màu nâu vàng caramel.
Đổ caramen vào chảo bánh tròn 9 inch, xoay chảo để phủ đều đáy và các mặt.
Trong một tô lớn, đánh trứng, sữa, kem, chiết xuất vani và sô cô la cắt nhỏ cho đến khi mịn.
Đổ hỗn hợp trứng vào chảo bánh và đặt chảo vào khay nướng lớn hơn chứa đầy nước nóng, tạo thành một bồn nước.
Nướng trong 50-60 phút hoặc cho đến khi bánh flan đã chín nhưng vẫn hơi lắc lư ở giữa.
Lấy chảo ra khỏi nồi cách thủy và để nguội đến nhiệt độ phòng.
Đậy nắp và để trong tủ lạnh ít nhất 2 giờ hoặc qua đêm.
Để phục vụ, hãy chạy dao quanh mép chảo và úp bánh flan lên đĩa phục vụ.

59. Flan Caramel Vani Baileys

Làm: 1 chiếc bánh flan cỡ vừa

THÀNH PHẦN

- ¾ cốc đường
- ¼ cốc nước
- Sữa đặc lon 14 ounce
- 12 ounce sữa cô đặc có thể
- 3 quả trứng lớn
- ½ cốc Baileys
- ½ muỗng canh chiết xuất vani
- chút muối

HƯỚNG DẪN

a) Làm nóng lò ở nhiệt độ 350F.

b) Làm xi-rô đường nâu vàng bằng cách nấu đường và nước trong nồi nhỏ. Chuẩn bị sẵn chảo flan của bạn!

c) Xoay caramel đường nóng xung quanh chảo bánh flan, phủ kín các mặt và đáy. Để qua một bên.

d) Đánh đều sữa đặc, sữa cô đặc, trứng, Baileys, chiết xuất vani và muối.

e) Đổ vào khuôn bánh flan và nướng trong nồi cách thủy khoảng 1 giờ, cho đến khi không còn gợn sóng ở giữa.

f) Để qua đêm và lấy khuôn ra, đặt chảo vào nước ấm để caramen lỏng ra. Lật nhanh ra đĩa và dùng lạnh.

60. Bánh flan caramen rumchata hương vani

Làm: 1 chiếc bánh flan cỡ vừa

THÀNH PHẦN

- ¾ cốc đường
- ¼ cốc nước
- Sữa đặc lon 14 ounce
- 12 ounce sữa cô đặc có thể
- 3 quả trứng lớn
- ½ cốc Rumchata
- ½ muỗng canh chiết xuất vani
- chút muối

HƯỚNG DẪN

a) Làm nóng lò ở nhiệt độ 350F.

b) Làm xi-rô đường nâu vàng bằng cách nấu đường và nước trong nồi nhỏ. Chuẩn bị sẵn chảo flan của bạn!

c) Xoay caramel đường nóng xung quanh chảo bánh flan, phủ kín các mặt và đáy. Để qua một bên.

d) Đánh đều sữa đặc, sữa cô đặc, trứng, rượu Rumchata, chiết xuất vani và muối.

e) Đổ vào khuôn bánh flan và nướng trong nồi cách thủy khoảng 1 giờ, cho đến khi không còn gợn sóng ở giữa.

f) Để qua đêm và lấy khuôn ra, đặt chảo vào nước ấm để caramen lỏng ra. Lật nhanh ra đĩa và dùng lạnh.

61. bánh flan vị caramen

Tạo ra: 4

THÀNH PHẦN:

- 1 muỗng canh chiết xuất vani
- 4 quả trứng
- 2 lon sữa (1 lon cô đặc và 1 lon đặc có đường)
- 2 cốc kem tươi
- 8 thìa đường

HƯỚNG DẪN:

a) Làm nóng lò ở nhiệt độ 350 độ F.

b) Trong chảo chống dính, đun chảy đường trên lửa vừa cho đến khi vàng.

c) Đổ đường lỏng vào chảo nướng khi còn nóng.

d) Trong một đĩa trộn, đập và đánh trứng. Trộn sữa đặc, chiết xuất vani, kem và sữa có đường vào tô trộn. Thực hiện một sự pha trộn kỹ lưỡng.

e) Đổ bột vào chảo nướng đã phủ đường tan chảy. Đặt chảo vào chảo lớn hơn với 1 inch nước sôi.

f) Nướng trong 60 phút.

62. Bánh Flan Tiramisu không chứa Lactose

THÀNH PHẦN:

Đối với caramen

- 150 g Đường
- 15 g Nước
- 10g nước cốt chanh

Đối với bánh flan

- 284 g Mascarpone 0% Lactose
- 284g sữa không chứa Lactose
- 270g Trứng (4 L trứng)
- 160g Đường
- 10g cà phê hòa tan

HƯỚNG DẪN:

caramen:

a) Cho đường, chanh và nước vào nồi.

b) Đặt trên lửa vừa và để cho đến khi nó chuyển sang màu vàng.

c) Đặt caramen nóng vào khuôn dariole.

bánh flan

a) Trộn Mascarpone 0% Lactose với tất cả các thành phần khác bằng máy xay.

b) Đổ hỗn hợp kem vào khuôn caramen và nấu ở nhiệt độ 150 độ C trong lò nướng đôi trong 30 phút.

c) Lấy ra khỏi lò và để trong tủ lạnh khoảng 2 giờ trước khi lấy khuôn ra.

63. Bánh Flan Trà Sữa Trân Châu

Tạo ra: 6

THÀNH PHẦN:
BOBA:
- 1/4 chén đường nâu nhạt hoặc nâu đậm
- 1/4 cốc nước
- 1/2 chén bột sắn dây đen hoặc trắng boba

bánh flan
- 1 3/4 cốc kem nặng
- 1 cốc sữa nguyên chất
- 5 túi trà đen
- Chút muối
- 1/4 cốc cộng thêm 3 thìa đường cát trắng
- 3 quả trứng lớn
- 2 lòng đỏ trứng lớn

BÊN TRÊN CARAMEL:
- 1 chén đường chia
- 1/4 cốc nước

HƯỚNG DẪN:
a) Để làm trân châu: Trong một cái chảo nhỏ, trộn đường với nước rồi đun nóng cho đến khi đường tan. Để qua một bên. Tiếp theo, nấu trân châu theo hướng dẫn ở mặt sau của túi trân châu. Của tôi là trân châu nấu nhanh và hướng dẫn rất rõ ràng. Xả trân châu và rửa sạch bằng nước mát để ngừng nấu, sau đó chuyển sang xi-rô đường nâu.
b) Để làm bánh Flan Kết hợp kem, sữa và muối trong một cái chảo nặng vừa. Đun nhỏ lửa trên lửa vừa. Tắt bếp, thêm túi trà vào, đậy nắp và để yên trong 30 phút. Bỏ túi trà ra và bỏ đi.
c) Đặt giá vào giữa lò và làm nóng trước ở nhiệt độ 325°F.
d) Đánh trứng, lòng đỏ trứng và đường trong tô vừa cho đến khi hòa quyện. Thêm 1/4 cốc hỗn hợp sữa vào trứng đã đánh và trộn đều. (Điều này sẽ đưa nhiệt độ của trứng gần với nhiệt độ của hỗn hợp sữa.) Cho toàn bộ hỗn hợp trứng vào hỗn hợp sữa và đánh nhẹ

nhàng để không tạo nhiều bọt. Đổ sữa trứng qua rây nhỏ để loại bỏ hết trứng. Để qua một bên.

e) Để làm caramen: Kết hợp đường và nước trong một cái chảo nặng vừa. Khuấy trên lửa nhỏ cho đến khi đường tan. Tăng nhiệt lên cao và nấu mà không khuấy cho đến khi xi-rô chuyển sang màu hổ phách đậm, thỉnh thoảng xoay chảo khoảng 7-8 phút. Đổ nhanh caramen vào sáu cốc ramekin hoặc cốc sữa trứng 3/4 cốc. Sử dụng găng tay làm bếp để hỗ trợ, ngay lập tức nghiêng từng chiếc ramekin sang các mặt áo. Đặt ramekins vào chảo nướng 13x9x2 inch.

f) Đổ sữa trứng vào các khuôn ramekin đã chuẩn bị sẵn, chia đều (hỗn hợp sẽ đổ đầy ramekin). Chuyển đĩa nướng vào giá nướng và đổ lượng nước vừa đủ vào khay nướng sao cho ngập nửa mặt của ramekins. Nướng cho đến khi các phần giữa của bánh flan được đặt nhẹ nhàng, khoảng 30 phút. Chuyển bánh flan sang giá và để nguội. Làm lạnh cho đến khi lạnh, khoảng 2 giờ. Che và thư giãn qua đêm. (Có thể làm trước 2 ngày.) Khi dùng, dùng dao nhỏ sắc chạy xung quanh bánh flan để nới lỏng. Lật lên đĩa. Lắc nhẹ để flan bung ra.

g) Cẩn thận nhấc ramekin ra để xi-rô caramel chảy qua bánh flan.

h) Lặp lại với những chiếc bánh flan còn lại và cuối cùng, rắc một ít boba lên trên.

bánh tráng miệng

64. Dulce de Leche Flan

Thành phần:

1 cốc đường
4 quả trứng
2 cốc sữa nguyên chất
1 lon (14 oz) sữa đặc có đường
1 muỗng cà phê chiết xuất vani
1/2 cốc dulce de leche
Hướng:

Làm nóng lò ở nhiệt độ 350°F.
Trong một cái chảo nhỏ, đun chảy đường trên lửa vừa cho đến khi đường chuyển thành màu nâu vàng caramel.
Đổ caramen vào chảo bánh tròn 9 inch, xoay chảo để phủ đều đáy và các mặt.
Trong một tô lớn, đánh trứng, sữa, sữa đặc, chiết xuất vani và dulce de leche cho đến khi mịn.
Đổ hỗn hợp trứng vào chảo bánh và đặt chảo vào khay nướng lớn hơn chứa đầy nước nóng, tạo thành một bồn nước.
Nướng trong 50-60 phút hoặc cho đến khi bánh flan đã chín nhưng vẫn hơi lắc lư ở giữa.
Lấy chảo ra khỏi nồi cách thủy và để nguội đến nhiệt độ phòng

65. Bánh flan queso của Puerto Rico

Năng suất: 4 phần ăn

Nguyên liệu

- 4 quả trứng lớn
- 1 lon (14 Oz) Sữa đặc; Ngọt
- 1 lon (12 Oz.) Sữa cô đặc
- 6 ounce kem phô mai
- 1 muỗng cà phê chiết xuất vani

Hướng

a) Trộn trứng, sữa và vani với nhau.

b) Làm mềm phô mai kem và trộn với các Thành phần khác. Cẩn thận không trộn quá kỹ kem phô mai, nếu không sẽ tạo ra các túi khí trong bánh flan.

c) Chuẩn bị caramen bằng cách nấu ½ cốc đường trên lửa nhỏ cho đến khi đường hóa lỏng. Sử dụng một hộp kim loại để làm điều này.

d) Đổ lượng caramen vừa đủ vào chảo/ ramekin phủ kín đáy.

e) Khi đường đã cứng, đổ bột đã chuẩn bị theo Hướng 1 và 2 vào chảo/ ramekin.

f) đặt chảo/ ramekin vào nồi bain-marie. Chảo/ ramekin chứa Nguyên liệu phải ngập ¾ trong nước.

g) Nướng ở nhiệt độ 325 độ F trong khoảng ½ giờ. Bánh flan chín khi dùng dao/tăm nhét vào bánh và thấy bánh sạch.

66. Bánh flan queso

Năng suất: 4 phần ăn

Nguyên liệu

- 4 quả trứng lớn
- 1 lon (14 Oz) Sữa đặc; Ngọt
- 1 lon (12 Oz.) Sữa cô đặc
- 6 ounce kem phô mai
- 1 muỗng cà phê chiết xuất vani

Hướng

a) Trộn trứng, sữa và vani với nhau.
b) Làm mềm phô mai kem và trộn với các Thành phần khác.
c) Cẩn thận không trộn quá kỹ kem phô mai, nếu không sẽ tạo ra các túi khí trong bánh flan.
d) Chuẩn bị caramen bằng cách nấu ½ cốc đường trên lửa nhỏ cho đến khi đường hóa lỏng. Sử dụng một hộp kim loại để làm điều này.
e) Đổ lượng caramen vừa đủ vào chảo/ ramekin phủ kín đáy.
f) Khi đường cứng lại, đổ bột đã chuẩn bị ở bước 1 và 2 vào chảo/ ramekin.
g) Đặt chảo/ ramekin vào nồi bain-marie. Chảo/ ramekin đựng nguyên liệu phải ngập ¾ trong nước.
h) Nướng ở nhiệt độ 325 độ F trong khoảng ½ giờ. Bánh flan chín khi dùng dao/tăm nhét vào bánh và thấy bánh sạch.

FLAN THẢO DƯỢC

67. Bánh flan Matcha

Thành phần:

1 cốc đường
4 quả trứng
2 cốc sữa nguyên chất
1/2 cốc kem nặng
1 muỗng cà phê chiết xuất vani
2 muỗng canh bột matcha
Hướng:

Làm nóng lò ở nhiệt độ 350°F.
Trong một cái chảo nhỏ, đun chảy đường trên lửa vừa cho đến khi đường chuyển thành màu nâu vàng caramel.
Đổ caramen vào chảo bánh tròn 9 inch, xoay chảo để phủ đều đáy và các mặt.
Trong một tô lớn, đánh trứng, sữa, kem, chiết xuất vani và bột matcha cho đến khi mịn.
Đổ hỗn hợp trứng vào chảo bánh và đặt chảo vào khay nướng lớn hơn chứa đầy nước nóng, tạo thành một bồn nước.
Nướng trong 50-60 phút hoặc cho đến khi bánh flan đã chín nhưng vẫn hơi lắc lư ở giữa.
Lấy chảo ra khỏi nồi cách thủy và để nguội đến nhiệt độ phòng.
Đậy nắp và để trong tủ lạnh ít nhất 2 giờ hoặc qua đêm.
Để phục vụ, hãy chạy dao quanh mép chảo và úp bánh flan lên đĩa phục vụ.

68. Flan tỏi và hẹ

1 vỏ bánh tart 9 inch
1 cốc kem đặc
1/2 cốc sữa nguyên chất
3/4 chén phô mai Parmesan bào
4 quả trứng lớn
2 tép tỏi, băm nhỏ
1/4 chén hẹ tươi xắt nhỏ
Hướng dẫn: Làm nóng lò ở nhiệt độ 350°F. Trong một tô trộn lớn, trộn đều kem, sữa, phô mai Parmesan bào, trứng, tỏi băm và hẹ tươi cắt nhỏ. Đổ hỗn hợp vào vỏ bánh tart đã chuẩn bị sẵn và nướng trong 40-45 phút hoặc cho đến khi đông lại ở giữa. Để nguội hoàn toàn trước khi phục vụ.

69. Flan hương thảo và húng tây

1 vỏ bánh tart 9 inch
1 cốc kem đặc
1/2 cốc sữa nguyên chất
3/4 chén phô mai Gouda bào
4 quả trứng lớn
1 muỗng canh hương thảo tươi xắt nhỏ
1 muỗng canh húng tây tươi xắt nhỏ
Hướng dẫn: Làm nóng lò ở nhiệt độ 350°F. Trong một tô trộn lớn, trộn đều kem, sữa, phô mai Gouda bào, trứng, hương thảo tươi cắt nhỏ và húng tây tươi cắt nhỏ. Đổ hỗn hợp vào vỏ bánh tart đã chuẩn bị sẵn và nướng trong 40-45 phút hoặc cho đến khi đông lại ở giữa. Để nguội hoàn toàn trước khi phục vụ.

70. Thì là và Feta Flan

1 vỏ bánh tart 9 inch
1 cốc kem đặc
1/2 cốc sữa nguyên chất
3/4 chén phô mai feta vụn
4 quả trứng lớn
1/4 chén thì là tươi xắt nhỏ
Hướng dẫn: Làm nóng lò ở nhiệt độ 350°F. Trong một tô trộn lớn, trộn đều kem, sữa, phô mai feta vụn, trứng và thì là tươi cắt nhỏ. Đổ hỗn hợp vào vỏ bánh tart đã chuẩn bị sẵn và nướng trong 40-45 phút hoặc cho đến khi đông lại ở giữa. Để nguội hoàn toàn trước khi phục vụ.

71. Bánh Flan Sage và Phô Mai Dê

1 vỏ bánh tart 9 inch
1 cốc kem đặc
1/2 cốc sữa nguyên chất
3/4 chén phô mai dê vụn
4 quả trứng lớn
1 muỗng canh cây xô thơm tươi xắt nhỏ
Hướng dẫn: Làm nóng lò ở nhiệt độ 350°F. Trong một tô trộn lớn, trộn đều kem, sữa, phô mai dê vụn, trứng và cây xô thơm tươi cắt nhỏ. Đổ hỗn hợp vào vỏ bánh tart đã chuẩn bị sẵn và nướng trong 40-45 phút hoặc cho đến khi đông lại ở giữa. Để nguội hoàn toàn trước khi phục vụ.

72. Bánh flan ngò và chanh

1 vỏ bánh tart 9 inch
1 cốc kem đặc
1/2 cốc sữa nguyên chất
3/4 cốc phô mai Monterey Jack bào
4 quả trứng lớn
1/4 chén ngò tươi xắt nhỏ
2 muỗng canh nước cốt chanh mới vắt
Hướng dẫn: Làm nóng lò ở nhiệt độ 350°F. Trong một tô trộn lớn, trộn đều kem, sữa, phô mai Monterey Jack bào, trứng, ngò tươi cắt nhỏ và nước cốt chanh mới vắt. Đổ hỗn hợp vào vỏ bánh tart đã chuẩn bị sẵn và nướng trong 40-45 phút hoặc cho đến khi đông lại ở giữa. Để nguội hoàn toàn trước khi phục vụ.

73. Flan húng quế và phô mai Mozzarella

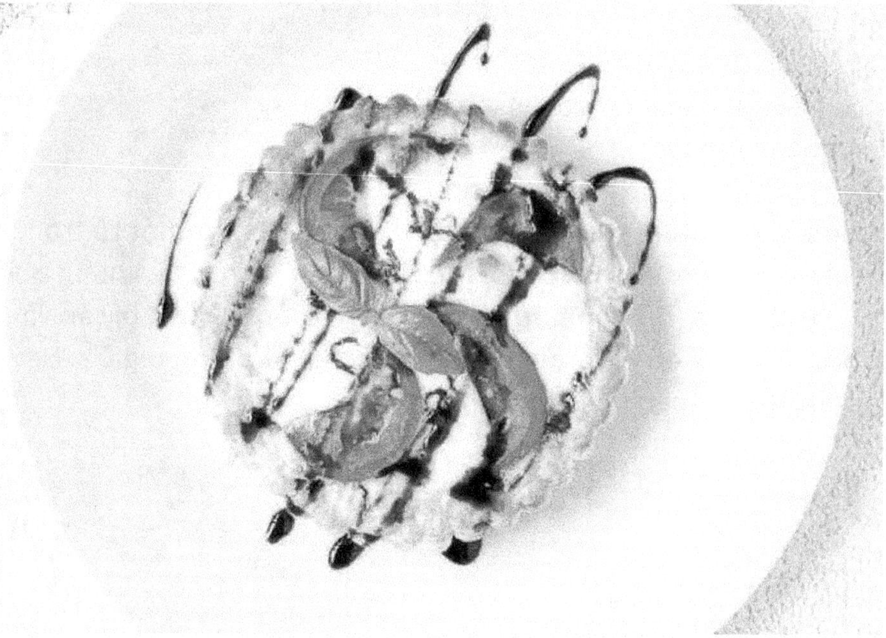

1 vỏ bánh tart 9 inch
1 cốc kem đặc
1/2 cốc sữa nguyên chất
3/4 cốc phô mai Mozzarella bào
4 quả trứng lớn
1/4 chén húng quế tươi xắt nhỏ
Hướng dẫn: Làm nóng lò ở nhiệt độ 350°F. Trong một tô trộn lớn, trộn đều kem, sữa, phô mai Mozzarella bào, trứng và húng quế tươi cắt nhỏ. Đổ hỗn hợp vào vỏ bánh tart đã chuẩn bị sẵn và nướng trong 40-45 phút hoặc cho đến khi đông lại ở giữa. Để nguội hoàn toàn trước khi phục vụ.

74. Tarragon và Gruyere Flan

1 vỏ bánh tart 9 inch
1 cốc kem đặc
1/2 cốc sữa nguyên chất
3/4 chén phô mai Gruyere bào
4 quả trứng lớn
1 muỗng canh tarragon tươi cắt nhỏ

Hướng dẫn: Làm nóng lò ở nhiệt độ 350°F. Trong một tô trộn lớn, trộn đều kem, sữa, phô mai Gruyere bào, trứng và ngải giấm tươi cắt nhỏ. Đổ hỗn hợp vào vỏ bánh tart đã chuẩn bị sẵn và nướng trong 40-45 phút hoặc cho đến khi đông lại ở giữa. Để nguội hoàn toàn trước khi phục vụ.

75. Chervil và Ricotta Flan

1 vỏ bánh tart 9 inch
1 cốc kem đặc
1/2 cốc sữa nguyên chất
3/4 cốc phô mai ricotta
4 quả trứng lớn
1/4 chén rau mùi tươi xắt nhỏ
Hướng dẫn: Làm nóng lò ở nhiệt độ 350°F. Trong một tô trộn lớn, trộn đều kem, sữa, phô mai ricotta, trứng và rau ngò tươi cắt nhỏ. Đổ hỗn hợp vào vỏ bánh tart đã chuẩn bị sẵn và nướng trong 40-45 phút hoặc cho đến khi đông lại ở giữa. Để nguội hoàn toàn trước khi phục vụ.

76. Lá oregano và Cheddar Flan

1 vỏ bánh tart 9 inch
1 cốc kem đặc
1/2 cốc sữa nguyên chất
3/4 chén phô mai Cheddar bào
4 quả trứng lớn
1 muỗng canh oregano tươi xắt nhỏ
Hướng dẫn: Làm nóng lò ở nhiệt độ 350°F. Trong một tô trộn lớn, trộn đều kem, sữa, phô mai Cheddar bào, trứng và lá oregano tươi cắt nhỏ. Đổ hỗn hợp vào vỏ bánh tart đã chuẩn bị sẵn và nướng trong 40-45 phút hoặc cho đến khi đông lại ở giữa. Để nguội hoàn toàn trước khi phục vụ.

77. Bánh flan bạc hà và Gouda

1 vỏ bánh tart 9 inch
1 cốc kem đặc
1/2 cốc sữa nguyên chất
3/4 chén phô mai Gouda bào
4 quả trứng lớn
1/4 chén bạc hà tươi xắt nhỏ
Hướng dẫn: Làm nóng lò ở nhiệt độ 350°F. Trong một tô trộn lớn, trộn đều kem, sữa, phô mai Gouda bào, trứng và bạc hà tươi cắt nhỏ. Đổ hỗn hợp vào vỏ bánh tart đã chuẩn bị sẵn và nướng trong 40-45 phút hoặc cho đến khi đông lại ở giữa. Để nguội hoàn toàn trước khi phục vụ.

78. Mùi tây và bánh flan Thụy Sĩ

1 vỏ bánh tart 9 inch
1 cốc kem đặc
1/2 cốc sữa nguyên chất
3/4 chén phô mai Thụy Sĩ bào
4 quả trứng lớn
1/4 chén mùi tây tươi xắt nhỏ
Hướng dẫn: Làm nóng lò ở nhiệt độ 350°F. Trong một tô trộn lớn, trộn đều kem, sữa, phô mai Thụy Sĩ bào, trứng và rau mùi tây tươi cắt nhỏ. Đổ hỗn hợp vào vỏ bánh tart đã chuẩn bị sẵn và nướng trong 40-45 phút hoặc cho đến khi đông lại ở giữa. Để nguội hoàn toàn trước khi phục vụ.

79. Flan lá hẹ và phô mai xanh

1 vỏ bánh tart 9 inch
1 cốc kem đặc
1/2 cốc sữa nguyên chất
3/4 chén phô mai xanh vụn
4 quả trứng lớn
1/4 chén hẹ tươi xắt nhỏ
Hướng dẫn: Làm nóng lò ở nhiệt độ 350°F. Trong một tô trộn lớn, trộn đều kem, sữa, phô mai xanh vụn, trứng và hẹ tươi cắt nhỏ. Đổ hỗn hợp vào vỏ bánh tart đã chuẩn bị sẵn và nướng trong 40-45 phút hoặc cho đến khi đông lại ở giữa. Để nguội hoàn toàn trước khi phục vụ.

FLAN cay

80. Bánh quế

Thành phần:

1 cốc đường
4 quả trứng
2 cốc sữa nguyên chất
1/2 cốc kem nặng
1 muỗng cà phê chiết xuất vani
1 muỗng cà phê quế xay
1/4 muỗng cà phê hạt nhục đậu khấu
Hướng:

Làm nóng lò ở nhiệt độ 350°F.
Trong một cái chảo nhỏ, đun chảy đường trên lửa vừa cho đến khi đường chuyển thành màu nâu vàng caramel.
Đổ caramen vào chảo bánh tròn 9 inch, xoay chảo để phủ đều đáy và các mặt.
Trong một tô lớn, đánh trứng, sữa, kem, chiết xuất vani, quế xay và hạt nhục đậu khấu cho đến khi mịn.
Đổ hỗn hợp trứng vào chảo bánh và đặt chảo vào khay nướng lớn hơn chứa đầy nước nóng, tạo thành một bồn nước.
Nướng trong 50-60 phút hoặc cho đến khi bánh flan đã chín nhưng vẫn hơi lắc lư ở giữa.
Lấy chảo ra khỏi nồi cách thủy và để nguội đến nhiệt độ phòng.
Đậy nắp và để trong tủ lạnh ít nhất 2 giờ hoặc qua đêm.
Để phục vụ, hãy chạy dao quanh mép chảo và úp bánh flan lên đĩa phục vụ.

81. Jalapeño và Cheddar Flan

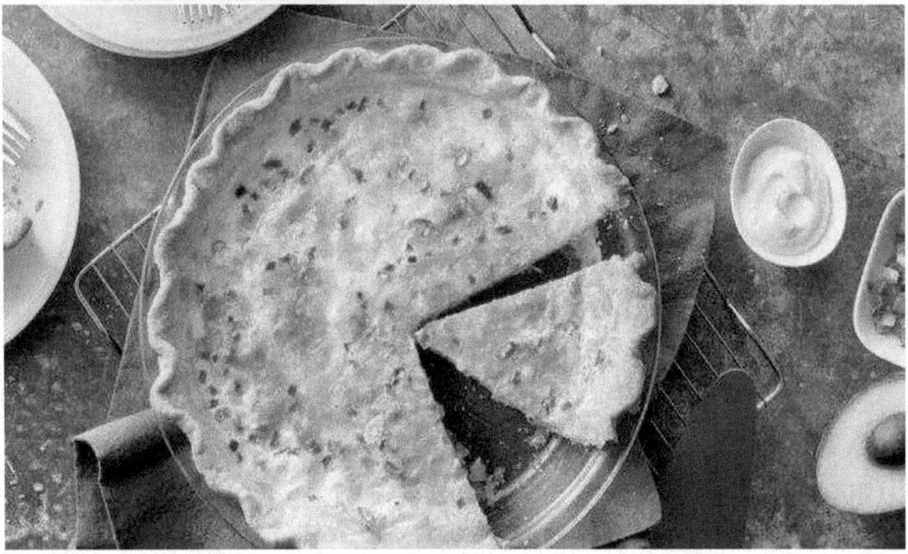

1 vỏ bánh tart 9 inch
1 cốc kem đặc
1/2 cốc sữa nguyên chất
3/4 chén phô mai cheddar bào
4 quả trứng lớn
1-2 quả ớt jalapeño, bỏ hạt và thái nhỏ
Hướng dẫn: Làm nóng lò ở nhiệt độ 350°F. Trong một tô trộn lớn, trộn đều kem, sữa, phô mai cheddar bào, trứng và ớt jalapeño thái nhỏ. Đổ hỗn hợp vào vỏ bánh tart đã chuẩn bị sẵn và nướng trong 40-45 phút hoặc cho đến khi đông lại ở giữa. Để nguội hoàn toàn trước khi phục vụ.

82. Chipotle và hạt tiêu Jack Flan

1 vỏ bánh tart 9 inch
1 cốc kem đặc
1/2 cốc sữa nguyên chất
3/4 chén phô mai jack tiêu xay
4 quả trứng lớn
1-2 quả ớt chipotle sốt adobo, xắt nhỏ
Hướng dẫn: Làm nóng lò ở nhiệt độ 350°F. Trong một tô trộn lớn, trộn đều kem, sữa, phô mai hạt tiêu xay, trứng và ớt chipotle xắt nhỏ trong nước sốt adobo. Đổ hỗn hợp vào vỏ bánh tart đã chuẩn bị sẵn và nướng trong 40-45 phút hoặc cho đến khi đông lại ở giữa. Để nguội hoàn toàn trước khi phục vụ.

83. Habanero và Colby Jack Flan

1 vỏ bánh tart 9 inch
1 cốc kem đặc
1/2 cốc sữa nguyên chất
3/4 cốc phô mai Colby jack bào
4 quả trứng lớn
1 hạt tiêu habanero, bỏ hạt và thái nhỏ
Hướng dẫn: Làm nóng lò ở nhiệt độ 350°F. Trong một tô trộn lớn, trộn đều kem, sữa, phô mai Colby jack bào, trứng và ớt habanero thái nhỏ. Đổ hỗn hợp vào vỏ bánh tart đã chuẩn bị sẵn và nướng trong 40-45 phút hoặc cho đến khi đông lại ở giữa. Để nguội hoàn toàn trước khi phục vụ.

84. Serrano và Cotija Flan

1 vỏ bánh tart 9 inch
1 cốc kem đặc
1/2 cốc sữa nguyên chất
3/4 chén phô mai cotija vụn
4 quả trứng lớn
1-2 quả ớt serrano, bỏ hạt và thái nhỏ
Hướng dẫn: Làm nóng lò ở nhiệt độ 350°F. Trong một tô trộn lớn, trộn đều kem, sữa, phô mai cotija vụn, trứng và ớt serrano thái nhỏ. Đổ hỗn hợp vào vỏ bánh tart đã chuẩn bị sẵn và nướng trong 40-45 phút hoặc cho đến khi đông lại ở giữa. Để nguội hoàn toàn trước khi phục vụ.

85. Bánh flan cayenne và Gouda

1 vỏ bánh tart 9 inch
1 cốc kem đặc
1/2 cốc sữa nguyên chất
3/4 chén phô mai Gouda bào
4 quả trứng lớn
1/4 thìa cà phê ớt cayenne
Hướng dẫn: Làm nóng lò ở nhiệt độ 350°F. Trong một tô trộn lớn, trộn đều kem, sữa, phô mai Gouda bào, trứng và ớt cayenne. Đổ hỗn hợp vào vỏ bánh tart đã chuẩn bị sẵn và nướng trong 40-45 phút hoặc cho đến khi đông lại ở giữa. Để nguội hoàn toàn trước khi phục vụ.

86. Hạt tiêu đỏ và bánh flan Thụy Sĩ

1 vỏ bánh tart 9 inch
1 cốc kem đặc
1/2 cốc sữa nguyên chất
3/4 chén phô mai Thụy Sĩ bào
4 quả trứng lớn
1/2 muỗng cà phê ớt đỏ
Hướng dẫn: Làm nóng lò ở nhiệt độ 350°F. Trong một tô trộn lớn, trộn đều kem, sữa, phô mai Thụy Sĩ bào, trứng và ớt đỏ. Đổ hỗn hợp vào vỏ bánh tart đã chuẩn bị sẵn và nướng trong 40-45 phút hoặc cho đến khi đông lại ở giữa. Để nguội hoàn toàn trước khi phục vụ.

87. Ớt Thái và Monterey Jack Flan

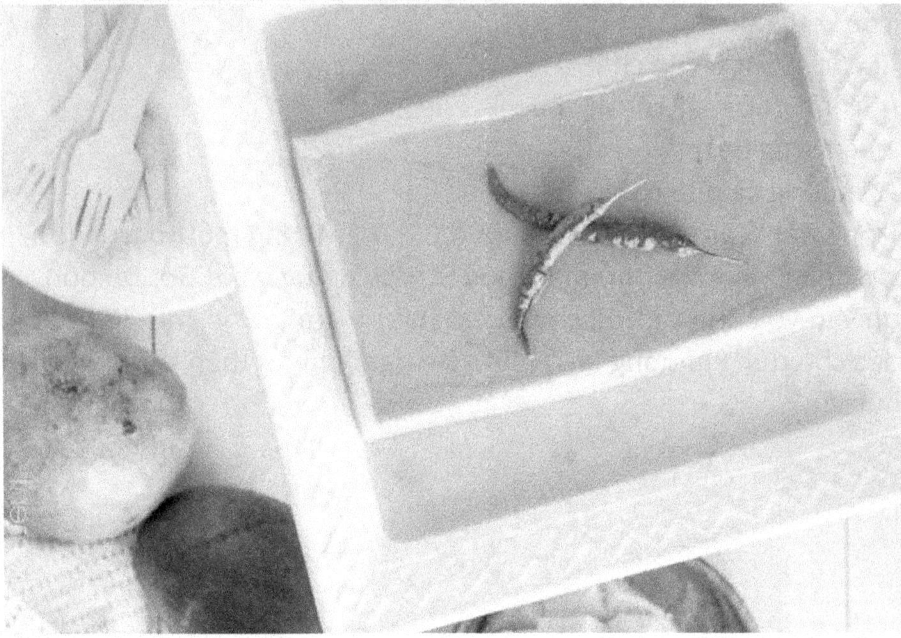

1 vỏ bánh tart 9 inch
1 cốc kem đặc
1/2 cốc sữa nguyên chất
3/4 cốc phô mai Monterey Jack bào
4 quả trứng lớn
1-2 quả ớt Thái, bỏ hạt và thái nhỏ

Hướng dẫn: Làm nóng lò ở nhiệt độ 350°F. Trong một tô trộn lớn, trộn đều kem, sữa, phô mai Monterey Jack bào, trứng và ớt Thái thái nhỏ. Đổ hỗn hợp vào vỏ bánh tart đã chuẩn bị sẵn và nướng trong 40-45 phút hoặc cho đến khi đông lại ở giữa. Để nguội hoàn toàn trước khi phục vụ.

88. Ghost Pepper và Gruyere Flan

1 vỏ bánh tart 9 inch
1 cốc kem đặc
1/2 cốc sữa nguyên chất
3/4 chén phô mai Gruyere bào
4 quả trứng lớn
1 quả ớt ma, bỏ hạt và thái nhỏ

Hướng dẫn: Làm nóng lò ở nhiệt độ 350°F. Trong một tô trộn lớn, trộn đều kem, sữa, phô mai Gruyere bào, trứng và ớt ma thái nhỏ. Đổ hỗn hợp vào vỏ bánh tart đã chuẩn bị sẵn và nướng trong 40-45 phút hoặc cho đến khi đông lại ở giữa. Để nguội hoàn toàn trước khi phục vụ.

89. Harissa và Feta Flan

1 vỏ bánh tart 9 inch
1 cốc kem đặc
1/2 cốc sữa nguyên chất
3/4 chén phô mai feta vụn
4 quả trứng lớn
1 muỗng canh bột harissa
Hướng dẫn: Làm nóng lò ở nhiệt độ 350°F. Trong một tô trộn lớn, trộn đều kem, sữa, phô mai feta vụn, trứng và bột harissa. Đổ hỗn hợp vào vỏ bánh tart đã chuẩn bị sẵn và nướng trong 40-45 phút hoặc cho đến khi đông lại ở giữa. Để nguội hoàn toàn trước khi phục vụ.

90. Adobo và Queso Fresco Flan

1 vỏ bánh tart 9 inch
1 cốc kem đặc
1/2 cốc sữa nguyên chất
3/4 chén phô mai queso fresco vụn
4 quả trứng lớn
2 muỗng canh nước sốt adobo
Hướng dẫn: Làm nóng lò ở nhiệt độ 350°F. Trong một tô trộn lớn, trộn đều kem, sữa, phô mai queso fresco vụn, trứng và sốt adobo. Đổ hỗn hợp vào vỏ bánh tart đã chuẩn bị sẵn và nướng trong 40-45 phút hoặc cho đến khi đông lại ở giữa. Để nguội hoàn toàn trước khi phục vụ.

91. Bột Ớt và Bánh Flan Asadero

1 vỏ bánh tart 9 inch
1 cốc kem đặc
1/2 cốc sữa nguyên chất
3/4 chén phô mai asadero bào
4 quả trứng lớn
1 thìa cà phê ớt bột
Hướng dẫn: Làm nóng lò ở nhiệt độ 350°F. Trong một tô trộn lớn, trộn đều kem, sữa, phô mai asadero bào, trứng và bột ớt. Đổ hỗn hợp vào vỏ bánh tart đã chuẩn bị sẵn và nướng trong 40-45 phút hoặc cho đến khi đông lại ở giữa. Để nguội hoàn toàn trước khi phục vụ.

92. Bánh flan cayenne và Colby

1 vỏ bánh tart 9 inch
1 cốc kem đặc
1/2 cốc sữa nguyên chất
3/4 cốc phô mai Colby bào
4 quả trứng lớn
1/4 thìa cà phê ớt cayenne

Hướng dẫn: Làm nóng lò ở nhiệt độ 350°F. Trong một tô trộn lớn, trộn đều kem, sữa, phô mai Colby bào, trứng và ớt cayenne. Đổ hỗn hợp vào vỏ bánh tart đã chuẩn bị sẵn và nướng trong 40-45 phút hoặc cho đến khi đông lại ở giữa. Để nguội hoàn toàn trước khi phục vụ.

FLAN TRÁI CÂY

93. Bánh chuối

Thành phần:

1 cốc đường
4 quả trứng
2 cốc sữa nguyên chất
1/2 cốc kem nặng
1 muỗng cà phê chiết xuất vani
2 quả chuối chín, nghiền nhuyễn
Hướng:

Làm nóng lò ở nhiệt độ 350°F.
Trong một cái chảo nhỏ, đun chảy đường trên lửa vừa cho đến khi đường chuyển thành màu nâu vàng caramel.
Đổ caramen vào chảo bánh tròn 9 inch, xoay chảo để phủ đều đáy và các mặt.
Trong một tô lớn, đánh trứng, sữa, kem, chiết xuất vani và chuối nghiền cho đến khi mịn.
Đổ hỗn hợp trứng vào chảo bánh và đặt chảo vào khay nướng lớn hơn chứa đầy nước nóng, tạo thành một bồn nước.
Nướng trong 50-60 phút hoặc cho đến khi bánh flan đã chín nhưng vẫn hơi lắc lư ở giữa.
Lấy chảo ra khỏi nồi cách thủy và để nguội đến nhiệt độ phòng.
Đậy nắp và để trong tủ lạnh ít nhất 2 giờ hoặc qua đêm.
Để phục vụ, hãy chạy dao quanh mép chảo và úp bánh flan lên đĩa phục vụ.

94. Bánh flan cam

Thành phần:

1 cốc đường
4 quả trứng
1 1/2 cốc sữa nguyên chất
1/2 cốc kem nặng
1 muỗng cà phê chiết xuất vani
1/2 cốc nước cam tươi
1 muỗng canh vỏ cam bào
Hướng:

Làm nóng lò ở nhiệt độ 350°F.
Trong một cái chảo nhỏ, đun chảy đường trên lửa vừa cho đến khi đường chuyển thành màu nâu vàng caramel.
Đổ caramen vào chảo bánh tròn 9 inch, xoay chảo để phủ đều đáy và các mặt.
Trong một tô lớn, đánh trứng, sữa, kem, chiết xuất vani, nước cam và vỏ cam bào cho đến khi mịn.
Đổ hỗn hợp trứng vào chảo bánh và đặt chảo vào khay nướng lớn hơn chứa đầy nước nóng, tạo thành một bồn nước.
Nướng trong 50-60 phút hoặc cho đến khi bánh flan đã chín nhưng vẫn hơi lắc lư ở giữa.
Lấy chảo ra khỏi nồi cách thủy và để nguội đến nhiệt độ phòng.
Đậy nắp và để trong tủ lạnh ít nhất 2 giờ hoặc qua đêm.

95. Flan vani với quả mọng

Thành phần:

1 cốc đường
4 quả trứng
2 cốc sữa nguyên chất
1/2 cốc kem nặng
1 muỗng cà phê chiết xuất vani
1 cốc hỗn hợp quả mọng
Hướng:

Làm nóng lò ở nhiệt độ 350°F.
Trong một cái chảo nhỏ, đun chảy đường trên lửa vừa cho đến khi đường chuyển thành màu nâu vàng caramel.
Đổ caramen vào chảo bánh tròn 9 inch, xoay chảo để phủ đều đáy và các mặt.
Trong một tô lớn, đánh trứng, sữa, kem và chiết xuất vani cho đến khi mịn.
Đổ hỗn hợp trứng vào chảo bánh và đặt chảo vào khay nướng lớn hơn chứa đầy nước nóng, tạo thành một bồn nước.
Rải các loại quả đã trộn lên trên hỗn hợp trứng.
Nướng trong 50-60 phút hoặc cho đến khi bánh flan đã chín nhưng vẫn hơi lắc lư ở giữa.
Lấy chảo ra khỏi nồi cách thủy và để nguội đến nhiệt độ phòng.
Đậy nắp và làm lạnh trong tủ lạnh

96. Flan quýt

Thành phần:

1 cốc đường
4 quả trứng
2 cốc sữa nguyên chất
1/2 cốc kem nặng
1 muỗng cà phê chiết xuất vani
2 muỗng canh vỏ quýt
1/4 cốc nước ép quýt
Hướng:

Làm nóng lò ở nhiệt độ 350°F.
Trong một cái chảo nhỏ, đun chảy đường trên lửa vừa cho đến khi đường chuyển thành màu nâu vàng caramel.
Đổ caramen vào chảo bánh tròn 9 inch, xoay chảo để phủ đều đáy và các mặt.
Trong một tô lớn, đánh trứng, sữa, kem, chiết xuất vani, vỏ quýt và nước quýt cho đến khi mịn.
Đổ hỗn hợp trứng vào chảo bánh và đặt chảo vào khay nướng lớn hơn chứa đầy nước nóng, tạo thành một bồn nước.
Nướng trong 50-60 phút hoặc cho đến khi bánh flan đã chín nhưng vẫn hơi lắc lư ở giữa.
Lấy chảo ra khỏi nồi cách thủy và để nguội đến nhiệt độ phòng.
Đậy nắp và để trong tủ lạnh ít nhất 2 giờ hoặc qua đêm.
Để phục vụ, hãy chạy dao quanh mép chảo và úp bánh flan lên đĩa phục vụ.

97. Bánh Flan chanh

Thành phần:

1 cốc đường
4 quả trứng
2 cốc sữa nguyên chất
1/2 cốc kem nặng
1 muỗng cà phê chiết xuất vani
2 muỗng canh vỏ chanh
1/4 cốc nước cốt chanh
Hướng:

Làm nóng lò ở nhiệt độ 350°F.
Trong một cái chảo nhỏ, đun chảy đường trên lửa vừa cho đến khi đường chuyển thành màu nâu vàng caramel.
Đổ caramen vào chảo bánh tròn 9 inch, xoay chảo để phủ đều đáy và các mặt.
Trong một tô lớn, đánh trứng, sữa, kem, chiết xuất vani, vỏ chanh và nước cốt chanh cho đến khi mịn.
Đổ hỗn hợp trứng vào chảo bánh và đặt chảo vào khay nướng lớn hơn chứa đầy nước nóng, tạo thành một bồn nước.
Nướng trong 50-60 phút hoặc cho đến khi bánh flan đã chín nhưng vẫn hơi lắc lư ở giữa.
Lấy chảo ra khỏi nồi cách thủy và để nguội đến nhiệt độ phòng.
Đậy nắp và để trong tủ lạnh ít nhất 2 giờ hoặc qua đêm.
Để phục vụ, hãy chạy dao quanh mép chảo và úp bánh flan lên đĩa phục vụ.

98. Bánh flan dừa Antilles của Pháp

Tạo ra: 8

THÀNH PHẦN:

- 1 ½ cốc + 1 thìa sữa đặc có đường
- 1 ¼ cốc nước cốt dừa
- 3 quả trứng lớn
- 1 muỗng cà phê chiết xuất vani
- 1 cốc dừa nạo không đường

ĐỐI VỚI CARAMEL:

- ½ cốc đường

HƯỚNG DẪN:

a) Làm nóng lò nướng của bạn ở nhiệt độ 350°F với giá đỡ ở giữa.

b) Chuẩn bị một khuôn làm bánh mì không phết dầu mỡ trong tầm tay.

c) Làm caramen. Cho đường vào nồi nhỏ trên lửa vừa. Không chạm vào đường nữa – không khuấy, nhưng thỉnh thoảng bạn có thể lắc chảo. Để đường tan chảy, sủi bọt và chuyển sang màu vàng. Quan sát thật kỹ và khi caramen chuyển sang màu hổ phách thì tắt bếp ngay và đổ caramen đều khắp đáy chảo.

d) Đặt sang một bên để nguội và cứng lại.

e) Trong một tô trộn lớn, trộn đều sữa đặc, nước cốt dừa, trứng, chiết xuất vani và dừa vụn. Đổ hỗn hợp vào khuôn bánh mì.

f) Đặt chảo bánh mì vào một đĩa lớn hơn và đổ nước vào đĩa nướng lớn hơn ít nhất ¼ thành chảo bánh mì. Nấu trong 50-55 phút, cho đến khi lớp vỏ trên cùng có màu vàng nhạt và sờ vào chắc. Chuyển bánh flan sang giá làm mát và để nguội đến nhiệt độ phòng. Chuyển vào tủ lạnh và làm lạnh ít nhất 3 giờ.

g) Khi nguội, đặt chảo vào nước khá ấm khoảng 2 inch, để caramen ở đáy chảo mềm trở lại.

h) Chạy dao quanh các cạnh của chảo. Úp đĩa lên trên chảo, giữ chặt và lật nhanh.

i) Rắc dừa vụn trước khi ăn.

99. Bánh flan với sốt mâm xôi

1 cốc sữa
1 cốc rưỡi
2 quả trứng lớn
2 lòng đỏ trứng lớn
6 gói chất làm ngọt aspartame
¼ thìa cà phê muối kosher
1 muỗng cà phê chiết xuất vani
1 cốc quả mâm xôi tươi

Đặt một chảo rang chứa đầy 1 inch nước lên giá ở phần dưới của lò. Bơ những chiếc ramekins 6 inch. Đun nóng sữa và nửa rưỡi trong lò vi sóng ở mức cao (công suất 100 phần trăm) trong 2 phút hoặc trên bếp trong nồi vừa cho đến khi ấm.
Trong khi đó, đánh trứng và lòng đỏ trứng vào tô vừa cho đến khi nổi bọt. Từ từ đổ hỗn hợp sữa nóng vào trứng. Khuấy chất làm ngọt, muối và vani. Đổ hỗn hợp vào ramekins đã chuẩn bị sẵn.
Cho vào chảo chứa đầy nước và nướng cho đến khi sữa trứng đông lại, khoảng 30 phút.
Lấy đĩa ra khỏi chảo rang và để nguội đến nhiệt độ phòng trên giá lưới, sau đó cho vào tủ lạnh cho đến khi nguội, khoảng 2 giờ.
Để làm món coulis, bạn chỉ cần xay nhuyễn quả mâm xôi trong máy xay thực phẩm. Thêm chất ngọt cho vừa miệng.
Để phục vụ, hãy dùng thìa xung quanh mép của mỗi chiếc sữa trứng và bày nó ra đĩa tráng miệng. Rưới coulis lên trên lớp sữa trứng và kết thúc bằng một ít quả mâm xôi tươi và một nhánh bạc hà, nếu dùng.

100. Bánh dừa

Thành phần:

1 cốc đường
4 quả trứng
2 cốc nước cốt dừa
1/2 cốc kem nặng
1 muỗng cà phê chiết xuất vani
1/2 chén dừa nạo ngọt
Hướng:

Làm nóng lò ở nhiệt độ 350°F.
Trong một cái chảo nhỏ, đun chảy đường trên lửa vừa cho đến khi đường chuyển thành màu nâu vàng caramel.
Đổ caramen vào chảo bánh tròn 9 inch, xoay chảo để phủ đều đáy và các mặt.
Trong một tô lớn, đánh trứng, nước cốt dừa, kem, chiết xuất vani và dừa vụn cho đến khi mịn.
Đổ hỗn hợp trứng vào chảo bánh và đặt chảo vào khay nướng lớn hơn chứa đầy nước nóng, tạo thành một bồn nước.
Nướng trong 50-60 phút hoặc cho đến khi bánh flan đã chín nhưng vẫn hơi lắc lư ở giữa.
Lấy chảo ra khỏi nồi cách thủy và để nguội đến nhiệt độ phòng.
Đậy nắp và để trong tủ lạnh ít nhất 2 giờ hoặc qua đêm.
Để phục vụ, hãy chạy dao quanh mép chảo và úp bánh flan lên đĩa phục vụ.

PHẦN KẾT LUẬN

Bánh Flan là một món tráng miệng thơm ngon và hấp dẫn đã được thưởng thức trong nhiều thế kỷ và vẫn được nhiều người yêu thích. Lớp đế sữa trứng đậm đà và béo ngậy, kết hợp với vị ngọt của caramel, tạo nên một món tráng miệng ngon lành, hoàn hảo để thỏa mãn sở thích ăn ngọt của bạn. Với vô số biến thể và cách chế biến, bánh flan là món tráng miệng mà mọi người đều có thể thưởng thức. Cho dù bạn thích nó cổ điển hay biến tấu, nóng hay lạnh, đều có công thức làm bánh flan dành cho bạn. Vậy tại sao không thưởng thức một lát bánh flan và khám phá lý do tại sao món tráng miệng được yêu thích này vẫn đứng vững trước thử thách của thời gian.

www.ingramcontent.com/pod-product-compliance
Lightning Source LLC
LaVergne TN
LVHW010924061026
849535LV00007B/2218